VẦNG SÁNG TỪ PHƯƠNG ĐÔNG

VẦNG SÁNG TỪ PHƯƠNG ĐÔNG

THÍCH NHUẬN CHÂU Việt dịch
NGUYỄN MINH TIẾN
hiệu đính và giới thiệu

DALAI LATMA & MIKE AUSTIN

THÍCH NHUẬN CHÂU *dịch*
NGUYỄN MINH TIẾN *hiệu đính và giới thiệu*

VẦNG SÁNG TỪ PHƯƠNG ĐÔNG

AN INTERVIEW WITH THE DALAI LAMA

TRÌNH BÀY SONG NGỮ ANH VIỆT

NHÀ XUẤT BẢN LIÊN PHẬT HỘI

Lời giới thiệu

Đức Đạt-lai Lạt-ma thứ 14, Tenzin Gyatso, có thể nói là một trong những tên tuổi lớn trên thế giới mà gần đây luôn được rất nhiều người tôn kính. Sự tôn kính này không hẳn chỉ vì ngài là người đã nhận được giải Nobel Hòa bình do những nỗ lực không mệt mỏi trong việc tìm kiếm một tiếng nói chung cho nền hòa bình thế giới, mà còn là vì những bài thuyết giảng rộng rãi của ngài luôn đề cập đến những chủ đề mà hầu hết mọi con người của thế giới hiện đại đều phải quan tâm đến.

Trong số những người ngưỡng mộ ngài qua các bài thuyết giảng, không chỉ giới hạn có những tín đồ Phật giáo, mà còn có sự hiện diện của hầu hết những tôn giáo khác, bởi những gì ngài giảng dạy không đơn thuần là những trích dẫn từ kinh điển mà thực sự là những kinh nghiệm tu chứng mà bản thân ngài đã có được ngay trong cuộc sống của thời hiện đại này. Vì thế, bất cứ ai cũng đều có thể nhận được lợi ích lớn lao từ những bài giảng của ngài.

Mặt khác, không chỉ những ai quan tâm đến các vấn đề về tinh thần hoặc tâm linh mới cần đến lời dạy của ngài. Điều thú vị đã xảy ra trong hơn một thập kỷ qua là có rất nhiều nhà khoa học phương Tây đã nghiên cứu và phát hiện những điểm tương đồng giữa tri thức khoa học của phương Tây với trí tuệ trực giác của phương Đông mà ngài là một trong những điển hình rõ nét nhất. Các nhà khoa học đã vô cùng ngạc nhiên khi những kết quả nghiên cứu của họ cho thấy việc tu tập thiền định chẳng hạn, không chỉ mang ý nghĩa rèn luyện tâm linh, mà thực sự luôn mang lại những lợi ích lớn lao hết sức cụ thể cho sự phát triển thể chất, duy trì sức khỏe của con người. Họ cũng hết sức bất ngờ khi nhận ra rằng những chỉ dẫn cho sự tu tập của một tu sĩ không chỉ hoàn toàn dựa vào đức tin, mà thực sự là dựa trên những cơ sở khoa học vô cùng chính xác và hợp lý, nhờ đó luôn tạo ra được những điều kiện tối ưu để sự hành trì có thể đạt đến kết quả khả quan nhất!

Lạ thay, tất cả những điều kỳ diệu đó lại không có được nhờ vào những kết quả nghiên cứu, phân tích luôn cần đến sự hỗ trợ bởi máy móc, thiết bị tối tân của phương Tây, mà chỉ là hoàn toàn dựa vào năng lực trí tuệ trực giác, vào sự thực chứng qua kinh nghiệm cá nhân, đã được đức Phật khám phá và chỉ bày cho nhân loại từ hơn 25 thế kỷ trước đây, và cho đến nay thì đức Đạt-lai Lạt-ma thứ 14 chính là một trong những người tiếp nối được truyền thống cực kỳ quý giá đó. Những bài thuyết giảng của ngài trong nhiều năm qua đã thực sự mang lại

những hiểu biết chân chánh và thiết thực về Phật giáo cho nhân loại thời hiện đại, đặc biệt là trong đó có rất nhiều người phương Tây trước đây chỉ quen tiếp nhận mọi tri thức thông qua cánh cửa khoa học.

Mặc dù là người Tây Tạng, nhưng hầu hết những bài thuyết giảng của ngài đều được thực hiện bằng tiếng Anh, bởi lẽ đơn giản đây là ngôn ngữ hiện đang phổ biến nhất trên toàn thế giới. Tuy nhiên, tiếng Anh mà ngài sử dụng lại không hoàn toàn giống với thứ tiếng Anh mà ta thường gặp ở các học giả phương Tây, mà là một thứ tiếng Anh rất đặc biệt, rất dễ hiểu nhưng vẫn không kém phần sâu sắc. Đặc điểm nổi bật trong ngôn ngữ ở các tập sách thuyết giảng của ngài là đơn giản, gãy gọn, trong sáng nhưng rất hàm súc và phong phú, có lẽ nhờ vào tài năng và nỗ lực của những người biên tập. Và chính nhờ đặc điểm này, những vấn đề mà ngài đề cập đến luôn dễ dàng được đông đảo độc giả tiếp nhận, và người đọc luôn có một cảm giác gần gũi, cảm thông và chia sẻ như thể đang được trao đổi về những vấn đề của chính bản thân mình!

Đại đức Thích Nhuận Châu là người đã từng chuyển dịch khá nhiều bài giảng của đức Đạt-lai Lạt-ma thứ 14 từ tiếng Anh sang tiếng Việt. Tập sách mỏng này nằm trong số những công trình phiên dịch gần đây nhất của thầy, với nội dung đề cập đến những vấn đề nhạy cảm và có khoảng cách khá lớn giữa hai nền văn hóa Đông Tây. Mặc dù vậy, điều hết sức thú vị là chính qua những đối thoại được

ghi lại trong tập sách này giữa đức Đạt-lai Lạt-ma và một học giả phương Tây, Mike Austin, độc giả có thể dễ dàng nhận ra là những khoảng cách lớn ấy đã được thu hẹp đến mức gần như tương đồng và bổ sung cho nhau.

Tôi rất vui mừng được giới thiệu cùng quý vị độc giả tập sách này - được trình bày song ngữ Anh-Việt - như một cầu nối giữa tri thức khoa học phương Tây và trí tuệ trực giác phương Đông, điều mà tôi vẫn luôn cho là một trong những thành tựu đáng kể nhất của nhân loại vào đầu thiên niên kỷ này.

Trong nguyên tác, đây là những ghi nhận từ một cuộc phỏng vấn mà đức Đạt-lai Lạt-ma đã dành cho học giả Mike Austin. Nhan đề tiếng Việt của sách và tiêu đề của một số chương là do chúng tôi thêm vào để giúp độc giả tiện theo dõi nội dung từng phần. Tuy nhiên, để tránh sự ngộ nhận, chúng tôi đã không đặt thêm các tiêu đề tiếng Anh tương ứng.

Mặc dù nội dung tập sách có phần hơi nặng về lý luận, có lẽ vì người chủ động đặt vấn đề là một học giả phương Tây, nhưng tôi tin là những ai quan tâm đến sự rèn luyện tinh thần và một đời sống tâm linh vẫn có thể tìm thấy trong tập sách này rất nhiều chỉ dẫn vô cùng hữu ích. Mặt khác, hy vọng là cách trình bày đối chiếu song ngữ Anh-Việt ở đây sẽ rất có lợi cho những ai đang muốn làm quen với cách diễn đạt những khái niệm Phật giáo bằng Anh ngữ.

Trong suốt quá trình hình thành tập sách, chúng tôi đã cố gắng hết sức để có thể hạn chế tối đa mọi sai

sót. Tuy nhiên, do sự giới hạn về năng lực và trình độ, có lẽ cũng không sao tránh được ít nhiều khiếm khuyết. Chúng tôi rất mong nhận được sự góp ý từ quý vị độc giả gần xa, cũng như luôn hy vọng sẽ được các bậc cao minh trưởng thượng mở lòng chỉ giáo.

Trân trọng,

NGUYỄN MINH TIẾN

Pháp giới vũ trụ: Tâm và vật

MIKE AUSTIN: Ngài nhìn thấy sự tiến hóa của nhân loại đang ở giai đoạn nào? Chẳng hạn, nếu so sánh toàn thể nhân loại như sự phát triển của một người, thì ngài cho rằng chúng ta đang ở trong thời kỳ trẻ thơ, niên thiếu hay trưởng thành?

ĐẠT-LAI LẠT-MA: Theo phần giáo lý chung của đạo Phật được ghi trong kinh điển, thế giới này có những giai đoạn tốt hơn và có có những giai đoạn xấu hơn. Nay nếu bạn nói về thời gian của một kiếp,1 thì kỉ nguyên của chúng ta vẫn còn là trẻ thơ; nhưng nếu xét trong một khoảng thời gian ngắn hơn thì chúng ta đã già. Tôi sẽ giải thích điều này.

Theo A-tỳ-đạt-ma Câu-xá luận,2 một đại kiếp gồm 80 trung kiếp, chia làm 4 nhóm 20 trung kiếp. Nhóm 20 trung kiếp thứ nhất là kiếp không. Kiếp không là sự trống rỗng hoàn toàn khi thế giới hệ trước đó không còn tồn tại. Sau đó là 20 trung kiếp của kiếp thành, tức là thời kỳ hình thành của thế giới. Kế đến là 20 trung kiếp của kiếp trụ. Tiếp theo là 20 trung kiếp của kiếp hoại. Hiện nay chúng ta đang ở trong Kiếp trụ. Trong khoảng 20 trung kiếp của kiếp trụ, chúng ta đang ở vào thời kỳ đầu của kiếp giảm. Vì thế, khi kiếp này giảm, sẽ có 18 lần tăng và 18 lần giảm. Rồi lại tiếp tục nhóm 20 trung kiếp sau đó.

Universal: Mind and Matters

MIKE AUSTIN: At what stage do you see mankind's evolution? For instance, if you were to look at the entire human race as one person, would you say we're in childhood, adolescence, adulthood?

DALAI LAMA: According to the general Buddhist teaching - Buddhist scriptures - sometimes the world is better, sometimes worse. Now if you speak about the period of one aeon, then our era is still childhood, but within a smaller period, it is old. I will explain.

According to the Abhidharmakosha, one great aeon is composed of eighty intermediate aeons in four groups of twenty. The first twenty are aeons of vacuity. The vacuity is the absence of the last world system. They are followed by twenty aeons of formation of the new world system; then twenty aeons of abiding; then twenty aeons of destruction of that system. Right now we're in the aeons of abiding. Within these twenty intermediate aeons of abiding, we are in the first long period of decline. So, as this one is coming down, there are eighteen ups and downs afterwards. Then the twentieth goes on up.

Nay chúng ta đang ở trong lần giảm thứ nhất, đến mức mà tuổi thọ trung bình của con người còn khoảng 100 tuổi. Trong ý nghĩa thời kỳ đầu của kiếp giảm thì chúng ta đã qua lâu rồi, bởi vậy nên gọi là già. Nhưng với ý nghĩa của 20 kiếp trụ thì chúng ta chỉ mới ở giai đoạn đầu.

MIKE AUSTIN: Có phải quan điểm tổng quát này chỉ xuất phát từ kinh điển?

ĐẠT-LAI LẠT-MA: Đúng vậy.

MIKE AUSTIN: Phải chăng đó là căn cứ duy nhất cho cách mô tả như thế này về không gian và thời gian?

ĐẠT-LAI LẠT-MA: Tôi cho là vậy. Có lẽ chỉ là dựa vào kinh điển. Nhưng chẳng cần nói đến những khái niệm về "kiếp" này, ngay như việc giải thích về một ngôi sao gần nhất theo khoa học cũng đã là khó khăn. Quả thật là rất khó!

MIKE AUSTIN: Ngài muốn nói việc xác định vị trí hoặc mô tả hình thể?

ĐẠT-LAI LẠT-MA: Không, tôi muốn nói đến nguyên nhân hình thành thực sự hay những điều tương tự... Điều tôi đang nói đến lại là một thế giới hệ nằm trong cả nghìn tỉ1 thế giới, giống như giải thích về một thái dương hệ.

MIKE AUSTIN: Vâng! Vậy xin được đi ngay vào vấn đề. Phật giáo quan niệm như thế nào về nguồn gốc vũ trụ?

Now we are in the first downward one, at the point in which the average lifespan is around a hundred years. In terms of this first period of decline, we are far along in it, and thus, old, but in terms of the twenty aeons of abiding, we are only at the beginning.

MIKE AUSTIN: Is this panoramic view from scriptural sources only?

DALAI LAMA: Yes.

MIKE AUSTIN: Is that the only proof that can be cited for this picture of time and space?

DALAI LAMA: I think so; probably just scriptural. But forgot about all these aeons, it's even difficult for us to explain in terms of science the nearest star. Quite difficult.

MIKE AUSTIN: Where it is, or what it's like?

DALAI LAMA: What is its real cause, and so forth. What I'm talking about is one world system within a billion worlds, like explaining one galaxy.

MIKE AUSTIN: OK, let's go right to the beginning then. What is the Buddhist view of the origin of the universe?

ĐẠT-LAI LẠT-MA: Về mặt vật thể, đó chính là năng lượng. Còn xét về các sinh vật hoặc con người sống trong đó thì nguồn lực tạo ra đời sống của mỗi chúng sinh chính là nghiệp lực của những hành vi mà chúng sinh ấy đã tích tạo. Nghiệp lực là nguyên nhân khiến chúng sinh phải tái sinh theo hình thức nào đó.

MIKE AUSTIN: Hãy xem xét trước hết vấn đề vật chất. Vật chất vốn vô tri. Cái gì là năng lượng khiến cho có các hiện tượng xuất hiện?

ĐẠT-LAI LẠT-MA: Về các yếu tố cấu thành vũ trụ, 2 yếu tố ban đầu là gió (phong đại), có nền tảng từ hư không. Rồi gió chuyển động, và dựa vào đó mà hơi nóng xuất hiện (hỏa đại), rồi có hơi nước (thủy đại), rồi chất rắn, chính là yếu tố đất (địa đại). Nếu bạn cần giải thích yếu tố gió ban sơ tương tục từ cái gì, thì có lẽ nó có từ thời kỳ kiếp không của thế giới hệ trước đó.

Dù sao đi nữa thì vũ trụ vẫn là vô cùng, vô hạn. Nếu bạn chỉ đề cập đến một thế giới trong phạm vi của thế giới hệ 1 gồm cả ngàn tỷ thế giới thì có thể nói về một sự khởi nguyên. Còn như đề cập chung đến toàn thể vũ trụ thì không thể được.

MIKE AUSTIN: Nhưng cái gì là nguyên nhân trực tiếp khởi đầu của hư không; và sau đó là của yếu tố gió hay năng lượng mà ngài đề cập đến?

ĐẠT-LAI LẠT-MA: Nếu nói về nguyên nhân đến từ bên ngoài, thì như tôi đã trình bày, đó là thời kỳ kiếp không của thế giới hệ trước đó.

DALAI LAMA: In terms of matter, it's really energy. In terms of the internal beings, or persons, the force that produces them is that of the actions they have accumulated, which cause them to be reborn in that way.

MIKE AUSTIN: Dealing first with the matter side of it, inanimate matter. What is the energy by which phenomena manifest?

DALAI LAMA: In terms of the elements, wind is first. Its basis is space. Then the wind moves, and in dependence on that, heat occurs; then moisture, then solidity - the earth element. If you have to explain what the initial wind is a continuation of, then probably it comes out of the period of vacuity of the former world system.

In any case, it's infinite. If you speak about one world within a world system of a billion worlds, then you can speak about a beginning; otherwise, in general, you can't.

MIKE AUSTIN: But what is the direct cause, initially, of space; and secondly, of this wind or energy you are speaking about.

DALAI LAMA: If you're speaking externally, then just what I said; the period of vacuity of the former world system.

MIKE AUSTIN: Năng lượng có thể tự nhiên sinh khởi từ hư không?

ĐẠT-LAI LẠT-MA: Điều đó là tự nhiên, không phải do bịa đặt, nhưng đằng sau đó còn có nghiệp lực.

MIKE AUSTIN: Nghiệp lực ấy là gì?

ĐẠT-LAI LẠT-MA: Tất nhiên là cần phải giải thích về nghiệp. Nghiệp có nghĩa là hành vi tạo tác. Chẳng hạn như tôi đang nói, đó là hành vi tạo tác bằng lời nói (khẩu nghiệp). Khi tôi đưa bàn tay lên, đó là hành vi tạo tác của thân (thân nghiệp). Còn có sự tạo tác bằng tâm ý (ý nghiệp), đó là những trường hợp tạo tác mà không hề có bất cứ sự biểu hiện nào của thân hay lời nói.

Do những hành vi tạo tác này mà dẫn đến những hậu quả tức thời và lâu dài. Chẳng hạn như cuộc nói chuyện của chúng ta tạo ra được một bầu không khí giao tiếp nơi đây, và đó là kết quả tức thì. Tuy nhiên, cuộc nói chuyện của chúng ta cũng đồng thời khơi dậy một sức mạnh tinh thần, hoặc tạo ra một ấn tượng trong sự tương tục của tâm thức. Do những dấu ấn này mà sẽ có thêm những hành vi thiện, ác và không thiện không ác (vô ký), rất lâu sau khi những hành vi tạo tác ban đầu đã chấm dứt.

Do đó mà có các nghiệp thiện, nghiệp ác và nghiệp không thiện không ác. Lại có một trạng thái dừng chờ - khi hành vi tạo tác đã dừng hẳn - và trạng thái này tồn tại trong dòng tâm thức tương

MIKE AUSTIN: Energy spontaneously arises from vacuity?

DALAI LAMA: It's natural, not something fabricated, but behind that is karmic force.

MIKE AUSTIN: What is this karmic force?

DALAI LAMA: Of course, it's necessary to explain karma. Karma means action. For instance, I'm speaking now, and that's a verbal act. I'm moving my hands, and that's a physical act. Then there are mental actions which are cases in which there isn't any physical or verbal manifestation.

Due to these actions, there are both immediate and long - range results. Because of our speaking, a certain atmosphere is generated here and that's an immediate effect. However, our speaking also establishes a potency, or makes an imprint on the continuum of the mind. Through this imprint there come to be further good, bad and neutral actions long after the original ones stop.

Thus there are good, bad and neutral karmas. There is this state of cessation - the state of the activity's having ceased - and this remains in the mental continuum. This state of cessation is an affirming negative - an absence which includes

tục. Trạng thái dừng chờ này là một sự tĩnh tại có tác động - một sự vắng bặt có hàm chứa tác nhân. Đó là một năng lực khi hành vi tạo tác không đơn thuần là hoàn toàn dừng hẳn mà vẫn còn có khả năng tạo ra những kết quả trong tương lai. Những trạng thái dừng chờ này có khả năng tự phục hoạt từng sát-na cho đến khi kết quả được hình thành. Khi hội đủ những điều kiện thích hợp (duyên), nó sẽ chín muồi, tạo ra quả. Cho dù trải qua thời gian lâu dài hay ngắn ngủi cũng không khác gì nhau. Thậm chí có thể là qua hàng tỷ kiếp. Nếu con người không nương nhờ vào một phương tiện để hóa giải tiềm lực này - chẳng hạn như sám hối và phát nguyện không làm những việc ác - thì nghiệp lực này vẫn tồn tại.

MIKE AUSTIN: Nghiệp lực tồn tại ở đâu?

ĐẠT-LAI LẠT-MA: Trong dòng tương tục của tâm thức. Có hai cơ cở để giải thích cho sự tồn tại của nghiệp lực. Một là dòng tương tục của tâm thức vốn mang tính tạm thời. Và hai là cái 'tôi', cái bản ngã tương đối của một con người, vốn mang tính tương tục.

MIKE AUSTIN: Chưa cần phải đi sâu vào chi tiết như vậy, nhưng hãy trở lại với chủ đề ban đầu, sự khác biệt cơ bản nhất giữa tâm và vật là gì?

ĐẠT-LAI LẠT-MA: Vật tức là sắc thể; còn tâm chỉ thuần là sự chiếu tri.

MIKE AUSTIN: Cái gì đã tạo thành tâm này?

something positive. It is a potency which is not just the mere cessation of the action, but has the capacity of producing an effect in the future. These states of cessation are capable of regenerating moment by moment until an effect is produced. When it meets with the proper conditions, it fructifies, or matures. It doesn't make any difference how much time passes. It could even be billions of aeons. If one hasn't engaged in a means to cause the potency to be reduced - such as confession and intention of restraint in the case of bad actions - then it will just remain.

MIKE AUSTIN: Where does it remain?

DALAI LAMA: With the continuum of the mind. There are two bases that are explained for this imprint. One is continual, the other temporary. The temporary one is the mental continuum, and the continual one is the mere "I", the relative self of a person.

MIKE AUSTIN: Not getting into such detail yet, but going all the way back to the beginning, what is the most basic difference between mind and matter?

DALAI LAMA: Matter is physical; mind is mere illumination and knowing.

MIKE AUSTIN: What has caused this mind?

ĐẠT-LAI LẠT-MA: Về mặt căn nguyên của tâm, có một nguyên nhân chính yếu cũng như hợp thể các duyên - năng duyên và sở duyên. Sở duyên - đối tượng được nhận biết - có thể là một hình sắc vật thể; nhưng hình sắc vật thể không thể là nguyên nhân chính yếu tạo ra một tâm, mà đó phải là một cái gì tự nó có được sự chiếu tri. Chẳng hạn, khi tôi nhìn vào cái máy ghi âm, nhãn thức của tôi có đối tượng sở duyên là chiếc máy ghi âm, còn năng duyên - cái tạo ra khả năng nhìn thấy màu sắc và hình dáng - là thị lực của mắt, nhưng nguyên nhân chính yếu (cũng gọi là điều kiện dẫn khởi) tạo thành một thực thể có sự chiếu tri phải là một sát-na có trước sự chiếu tri ấy, một sát-na trước đó của thức tâm.

MIKE AUSTIN: Cái gì là căn nguyên tạo thành thực thể chiếu tri ấy? Phải chăng cũng là do ngẫu nhiên? Căn nguyên ấy xuất phát từ đâu?

ĐẠT-LAI LẠT-MA: Theo như những gì nói trên thì không có sự khởi đầu của tâm.

MIKE AUSTIN: Không có sự khởi đầu của tâm?

ĐẠT-LAI LẠT-MA: Vâng, và cũng không có sự kết thúc. Với những thức tâm riêng biệt nào đó thì có sự khởi đầu và kết thúc, nhưng xét riêng yếu tố thuần túy chiếu tri này thì không có sự khởi đầu hay kết thúc. Với một số dạng tâm thức, có trường hợp không có sự khởi đầu nhưng có sự kết thúc. Chẳng

DALAI LAMA: As regarding the causes of mind, there is a substantial cause, as well as cooperative conditions - an empowering condition and an observed object condition. This last condition - the object which is perceived - could be a form; but a form, a physical thing, cannot be the substantial cause of a mind. It must be something that, itself, is illuminating and knowing. For instance, when I look at the tape recorder, my eye consciousness has as its observed object condition the tape recorder. Its empowering condition - that which enables it to see colour and shape - is the sense power of the eye, but its substantial cause (also called its preceding condition), which generates it into an entity that is illuminating and knowing, must be a previous moment of illumination and knowing, a previous moment of consciousness.

MIKE AUSTIN: That entity which is illuminating and knowing: what has caused that? Is that spontaneous, too? Where does that originally come from?

DALAI LAMA: And thus there's no beginning to the mind.

MIKE AUSTIN: There is no beginning to the mind...

DALAI LAMA: No ending, either. With regard to specific minds and consciousnesses, there are beginnings and ends, but with regard to this mere factor of illumination and knowing, there's no beginning or end. Now, with some consciousnesses, there are cases where there is no beginning, but

hạn như cảm xúc đau khổ. Cuối cùng khi bạn loại bỏ được một cảm xúc gây đau khổ nào đó, chẳng hạn như sự ghen tức, thì sự tương tục của tâm thức đau khổ ấy sẽ chấm dứt. Bản chất của tâm như thế chính ở chỗ nó là một thực thể có khả năng chiếu tri. Đúng không? Chẳng có gì khác hơn.

MIKE AUSTIN: Ngài chấp nhận cho rằng điều đó chỉ là bản chất tự nhiên?

ĐẠT-LAI LẠT-MA: Có bốn hình thức khảo sát hiện tượng. Một là dựa vào sự tương thuộc, chẳng hạn như quan sát khói tương thuộc với lửa. Hai là lưu tâm đến những chức năng của sự vật. Ba là dựa vào suy luận, chứng minh đúng hoặc sai. Bốn là sự nhận thức bản chất của hiện tượng đúng như thực.

Chẳng hạn, việc chúng ta mong muốn được hạnh phúc là bản chất tự nhiên. Chẳng có gì khác cần phải khám phá thêm. Bây giờ, nói về nguyên nhân tạo thành vũ trụ thì hoặc là bạn phải chấp nhận có một đấng sáng tạo, hoặc phải chấp nhận là vũ trụ không có sự khởi đầu. Chẳng còn cách nào khác; chẳng còn khả năng nào nữa cả.

there is an end. For instance, an afflictive emotion. When you finally remove a specific mental affliction such as jealousy, then the continuum of that consciousness meets its end. The very nature of mind is that it is this thing which is illuminating and knowing. Right? There isn't anything further.

MIKE AUSTIN: That satisfies you to say it's just nature?

DALAI LAMA: There are four types of investigation of phenomena. One is by way of dependence, such as seeing that smoke depends on fire. Another is to notice the functions of things. The third is by way of reasoning; proving correctness or incorrectness. The last is the recognition that such and such is the object's nature.

For instance, that we want happiness is just our nature. There's nothing else to discover. Now, with regard to universal causation, either you have to accept a creative deity, or you have to accept that the universe is beginningless. There's no other way; there's no other possibility.

BẢN CHẤT CỦA TÂM

MIKE AUSTIN: Trong cùng một lúc mà chúng ta đã đề cập nhiều vấn đề, tôi chắc là ngài rất mệt khi trời đã về chiều. Phải vậy không?

ĐẠT-LAI LẠT-MA: Tôi thấy mình rất khoẻ.

MIKE AUSTIN: Ngài vẫn khỏe? Thật đáng quý. Xin ngài có thể trình bày chi tiết kinh nghiệm của riêng ngài để mọi người có thể nhận ra những vấn đề trừu tượng này. Chẳng hạn, ngài đã dành nhiều thời gian trong đời mình để tham thiền và tu tập các công hạnh. Kinh nghiệm cá nhân của ngài về bản chất của tâm là gì?

ĐẠT-LAI LẠT-MA: Thể tính, hay bản chất của tâm chính là khả năng chiếu tri. Thông qua sự nắm bắt hình ảnh của đối tượng, nó phát huy sự ghi nhận và biết được vật thể. Tâm thức nhận biết vật thể nhờ tạo ra trong nó hình ảnh này, như một sự phản chiếu. Đối với các trường phái Phật giáo khác nhau, có sự bất đồng về việc đối tượng có tồn tại bên ngoài tâm hay không. Nói cách khác, đối tượng có hiện hữu như là một thực thể khác biệt đối với tâm thức nhận biết chúng hay không.

MIKE AUSTIN: Thế chúng có hiện hữu như vậy chăng?

ĐẠT-LAI LẠT-MA: Một số người cho là có, và một số khác cho rằng không.

MIKE AUSTIN: We're talking about many things at once, and I know you're very tired at the end of the day. It's OK?

DALAI LAMA: I'm quite fresh.

MIKE AUSTIN: You're quite fresh? Excellent. OK. Would you give a little detail from your personal experience so that people could identify with these abstract topics. For instance, you've spent much of your lifetime meditating; engaged in actual practice. What is your personal experience of the nature of the mind?

DALAI LAMA: Its entity, or its nature, is that it is illuminating and knowing. Through the casting of an object's image, it is generated into that into knowing that. The consciousness knows that object by way of being generated in its image, like a reflection. Now, for different Buddhist schools, there's a disagreement over whether the object exists externally or not, In other words, whether the object exists as a different substantial entity from the consciousness that knows it.

MIKE AUSTIN: Does it?

DALAI LAMA: Some say it does, and some say it doesn't.

MIKE AUSTIN: Hãy trở lại với vấn đề đầu tiên. Một mặt, thực thể có tính chiếu tri này được gọi là tâm, vốn không có chỗ khởi đầu; và mặt khác, chúng ta có các vật thể. Điều gì là sự liên hệ có tính phổ quát, mang tính vũ trụ giữa tâm và vật thể?

ĐẠT-LAI LẠT-MA: Có một lớp hư không mang hai tính chất sáng và tối. Hư không này như là một khoảng đang hiện ra trước mắt bạn. Có một lớp hư không khác vốn chỉ là hoàn toàn tĩnh tại, không có ngăn ngại nào khi tiếp xúc. Dạng hư không thứ hai là thường hằng, và do vậy nên không thay đổi (bất biến). Tuy nhiên, còn có yếu tố nhân duyên cho dạng hư không thứ nhất. Do vậy bạn phải thừa nhận tính tương tục của nó như là không có sự khởi đầu, vì nó phải sinh khởi từ sự hội đủ các duyên hoặc từ các nguyên nhân tương tự. Dạng hư không mà tôi đã đề cập ở trước - được xem như là nền tảng của phong đại - và dạng hư không này, vốn là vô thường nhưng sự tương tục của nó không có điểm khởi đầu, có lẽ là như nhau. Tôi không thể giải thích điều này một cách toàn triệt. Tôi nghĩ là không thể hoặc rất khó để nói rằng tâm thức sinh khởi từ vật thể hoặc vật thể sinh khởi từ tâm thức.

MIKE AUSTIN: Tại sao vậy?

ĐẠT-LAI LẠT-MA: Tùy thuộc vào việc tâm có được đào luyện hay không được đào luyện mà các hành vi tạo tác được thực hiện, dẫn đến những kết quả trong thế giới vật chất. Mặc dù vậy, khi nói về sự tương tục - tính tương tục trọn vẹn của những vật

MIKE AUSTIN: To tie it all back to the beginning, again. On the one hand, we have this illuminating knowing thing called mind, which is beginningless, and on the other, we have matter. What's the universal, cosmologic connection between these two?

DALAI LAMA: There's one kind of space that has the nature of lightness and darkness. This space is that of area - like what appears to our eyes. There's another space which is just a mere negative; an absence of obstructive contact. The latter one is permanent and thus, unchanging. There are however, causes and conditions for the former type of space. Hence you have to posit its continuum as beginningless, since it must arise from concordant, or similar causes. The space that I was speaking about earlier - that which serves as the basis of wind - and this one, which is impermanent but the continuum of which is beginningless, are probably the same. I can't explain this thoroughly. I think it would be impossible or difficult to say that consciousness arose from matter or that matter arose from consciousness.

MIKE AUSTIN: Why?

DALAI LAMA: Though it is in dependence upon the mind's being tamed or not tamed that actions are done which can have results in the material world of substances, when you talk about the continuation - the whole continuum of those substances - it is

thể đó - thật khó có thể nói rằng chúng được phát sinh từ tâm thức. Cũng vậy, nếu thức được sinh ra từ vật thể, thì vào những lúc không có vật thể - chẳng hạn như trong thời kỳ kiếp không theo sau thời kỳ kiếp hoại của thế giới hệ - hẳn sẽ không có chúng sinh. Điều này không hợp lý.

MIKE AUSTIN: Tôi sẽ thử tìm một cách liên hệ cách hiểu của phương Tây với cách giải thích này. Cách đây 26 năm, các nhà khoa học đã xác nhận rằng một hóa chất, DNA,[1] đã tạo ra tất cả mọi sự sống trên hành tinh này. Bằng cách tái hợp bốn hóa chất căn bản trong vô số độ dài và khác biệt, DNA tạo ra các sinh thể. Điều này có gợi lên cho ngài điều gì chăng? Và nếu có, ngài thấy trong đó có gì là quan trọng?

ĐẠT-LAI LẠT-MA: Bạn đang đề cập đến những phân tử cực vi, đúng không? Những phân tử này rất nhỏ, rất vi tế, không thể nhìn trực tiếp qua mắt thường được. Đúng vậy không? Nhưng ngày nay, nhờ vào phương tiện kỹ thuật người ta có thể khám phá ra những phân tử cực nhỏ này, và chúng được nhận biết như là vật chất. Tuy chúng cực kỳ nhỏ bé, tan rã trong từng sát-na, nhưng chúng vẫn có thể được tìm ra.

MIKE AUSTIN: Nhưng chính DNA - sự sống - cái gì là sự sống trong chất hóa học này? Nó có phải là sự nhận thức, có phải đó là ý nghĩa của sự sống, sự nhận thức?

difficult to say that it's produced from consciousness. Also, if consciousness were produced from matter, then at times when there is no matter - such as during the aeons of vacuity following the destruction of a world system there would be no sentient beings. This would contradict reason.

MIKE AUSTIN: Let me somehow try and make a bridge to the Western way of thought with this. Twenty-six years ago, scientists confirmed that one chemical, DNA, produces all types of life on this planet. By recombining four chemical bases in infinite length and variety, DNA produces living forms. What does this evoke for you? What, if any, significance do you see in it?

DALAI LAMA: You are talking about very fine particles, right? These very fine, very minute particles, cannot be seen directly by the eye consciousness. Correct? But nowadays, in dependence upon technology, people are able to discover these very subtle things, and they are being found to be physical. They are very subtle, disintegrating moment by moment, but they can be found.

MIKE AUSTIN: But DNA itself - life - what is the life that is in the chemical? Is it consciousness; is that what life is, consciousness?

ĐẠT-LAI LẠT-MA: Rất có thể DNA không phải là sự nhận thức. Không nhất thiết là mọi vật có sự chuyển động đều có nhận thức. Cây cối có hình dáng và sự lay động, các phân tử trong khối đá cũng có sự chuyển động.

MIKE AUSTIN: Nhưng chính trong DNA rất rõ ràng là có một sự tổ chức thông minh nào đó để tái hợp các gen này - những mã số hóa học. Phải có một kiểu tâm thức nào đó hoạt động trong DNA.

ĐẠT-LAI LẠT-MA: Nếu DNA là cần thiết cho sự nhận thức, thì sự nhận thức của trẻ con lẽ ra phải phát xuất từ cha mẹ chúng, và điều đó không thể là sự thật. Nên lập luận như vậy không đúng.

MIKE AUSTIN: Được rồi, chúng ta sẽ không nói đến từng cá nhân riêng rẽ nữa mà xét ở những chiều hướng lớn hơn. Ví như có một hành tinh không có sự sống, và trên đó xuất hiện DNA, rồi chất này bắt đầu tạo ra sự sống dưới nhiều dạng khác nhau. Sự sống tiếp tục phát triển và thay đổi qua nhiều triệu năm. Trí thông minh nào sắp đặt quy trình tiến hóa này? Cái gì vận hành ở đây? Có phải là cộng nghiệp không?

ĐẠT-LAI LẠT-MA: Ồ! Đúng vậy.

MIKE AUSTIN: Ngài có thể nói rõ hơn về điều này được không?

DALAI LAMA: DNA is probably not consciousness. It doesn't have to be that everything that moves about has consciousness. Trees have shape and movement and the particles inside rocks are moving about.

MIKE AUSTIN: But within DNA itself, it's very apparent that there's a certain organizing intelligence which is recombining these genes - these coded chemicals. Some mind is at work in DNA.

DALAI LAMA: If DNA was necessary for consciousness, then the child's consciousness would have to come from the parents, and there's no way that could be true. That just isn't the case.

MIKE AUSTIN: Well then, let's not speak in terms of individual beings, but in larger dimensions. There is an inanimate planet, and upon it appears this chemical which begins to produce beings in many different forms. It continues to grow and change over many millions of years. What intelligence is organizing the course of this evolution? What is at work here? Would it be collective karma?

DALAI LAMA: Oh, yes.

MIKE AUSTIN: Can you say more about that?

CỘNG NGHIỆP - BIỆT NGHIỆP

ĐẠT-LAI LẠT-MA: Có cộng nghiệp và biệt nghiệp.

MIKE AUSTIN: Vâng.

ĐẠT-LAI LẠT-MA: Cộng nghiệp của thế giới này không chỉ là nghiệp của loài người, mà là của vạn loại chúng sinh, chẳng hạn như côn trùng và mọi sinh vật khác trên thế giới. Nếu có bốn người đặt tay lên cái bàn này, thì cái bàn trở thành một vật được dùng chung bởi bốn người. Như vậy, hành vi này khiến họ tạo ra một nghiệp chung, và trong tương lai họ sẽ cùng nhận lấy kết quả của việc ấy. Còn với những sự việc mà người ta sử dụng một cách riêng rẽ, chúng được dựa trên - cũng như tạo ra - biệt nghiệp của từng cá nhân.

MIKE AUSTIN: Nói cách khác, ngài cho rằng DNA chính là sản phẩm của cộng nghiệp lẫn biệt nghiệp của tất cả chúng sinh trong thế giới này, thông qua đó mà chúng sinh xuất hiện?

ĐẠT-LAI LẠT-MA: Tôi không có cơ hội để quan sát chi tiết hoặc nghiên cứu về DNA. Nó là vật thể, là đối tượng nhận biết được bởi nhãn thức. Bạn có thể nhìn thấy được nó qua kính hiển vi không?

MIKE AUSTIN: Tất nhiên là được. Có 64 nhiễm sắc thể được cấu thành trong một con người. Trong

DALAI LAMA: There is collective karma and specific karma.

MIKE AUSTIN: OK.

DALAI LAMA: The collective karma involved in this world system is not just that of humans, but of every type of sentient being - bugs and so forth - in the system. If four people set their hands on this table, the table becomes an object used by the four in common. Thus, this action causes them to accumulate a karma in common, the fruition of which they will experience in the future. Now, those things which one uses individually, they are based on - as well as produce - one's own individual karma.

MIKE AUSTIN: In other words, you're saying that DNA is the product of both the collective and individual karma of all the beings in this world system, through which they then manifest themselves?

DALAI LAMA: I've not had the opportunity to look into DNA in detail, to study it. It is matter; it is an object of comprehension by an eye consciousness. Can you see it through a microscope?

MIKE AUSTIN: Absolutely. Yes. There are sixty-four chromosomes on which it is collected for a

mỗi nhiễm sắc thể, nó được dàn trải thành hàng ngàn hợp thể gọi là các gen.

ĐẠT-LAI LẠT-MA: Đó là vật chất. Một khi nó là vật chất thì nó có thể phân chia và chiếm chỗ trong không gian. Nó không thể là không phân chia được. Nếu nó không phân chia được, nếu có bất cứ vật thể nào không phân chia được, thì sẽ không có bất cứ dạng thức nào cả. Dạng thức không thể nào hiện hữu. DNA chắc hẳn là không có sự nhận thức, nhưng đóng vai trò như nền tảng của sự nhận thức.

MIKE AUSTIN: Nếu tự nó không có sự nhận thức thì cái gì là nguyên nhân tạo thành nó theo cách thích hợp để xuất hiện sự nhận thức? Nếu ngài đã nói rằng khởi nguyên tâm thức vốn không tạo thành vật thể, vậy thì chính xác là điều gì đã tạo ra chất DNA vô tri giác này, để rồi đến lượt nó lại tạo thành tâm thức?

ĐẠT-LAI LẠT-MA: Điều này cũng tương tự như thị lực của một con mắt. Đó là vật chất, không phải là sự nhận thức, nhưng nó đóng vai trò nền tảng của sự nhận thức, và qua vai trò đó, nó là tác nhân sinh khởi của sự nhận thức. Chẳng hạn như bộ não, nó không phải là sự nhận thức, nhưng nó đóng vai trò nền tảng của sự nhận thức. Một khi có cái gì đó là sự nhận thức, thì nhất thiết nó phải không có hình dáng và màu sắc. Tuy nhiên, như tôi đã đề cập trước đây, nhờ năng lực thiền định, hay tam-muội,1 mà bạn có thể đạt tới hoặc tạo ra được một trật tự cao hơn trong một tầm mức sắc thể. Có hai dạng thuộc

human being. On each, it is arrayed in thousands of combinations called genes.

DALAI LAMA: It's physical. Once it's physical, then it has parts to it and directions. There's no way for it to be partless. If it were partless, if anything were partless, then there wouldn't be any form. The form couldn't be there. It probably doesn't have consciousness, but serves as a basis of consciousness.

MIKE AUSTIN: If it doesn't have consciousness itself, what is the cause which establishes it in a correct manner to manifest consciousness? If you said that originally consciousness does not manifest matter, then what exactly is it that produces this inanimate DNA, which in turn manifests consciousness?

DALAI LAMA: This would be similar to the sense power of an eye. That is matter; it is not consciousness, yet it serves as a basis of consciousness and by doing so is a cause of consciousness. For instance, the brain. It's not consciousness, yet it serves as the basis of consciousness. Once something is a consciousness, it is necessarily not shape and colour. However, as I mentioned earlier today, in dependence upon the power of meditative stabilization, samadhi, you can achieve or create a higher order within a physical level. There are two types of this: that which can be observed by the senses, and that which can be perceived only by the

loại này: một dạng có thể quan sát bằng các giác quan, và một dạng chỉ có thể nhận biết bằng tâm thức. Có những sắc thể vi tế chỉ có thể được biết bởi tâm thức. Vì thế mà có lửa và nước được tạo ra do năng lực thiền định, nhưng đó thực ra không phải là lửa và nước, vì chúng chỉ được tạo ra tùy thuộc vào định lực. Nhưng chúng có thể có tác dụng đốt cháy hay làm ướt vật chất.

MIKE AUSTIN: Lửa mà ngài đang nói đến ở đâu?

ĐẠT-LAI LẠT-MA: Nó phát xuất từ người có khả năng tu tập về các thứ như lửa, nước, gió, v.v... Điều này tương tự như bức ảnh mà người ta chụp được bằng ấn tượng tinh thần mà hôm nay chúng ta đã được thấy. Giống như vậy đó.

MIKE AUSTIN: Như vậy là ở một mức độ đào luyện tâm linh nào đó, thì vật chất có thể được biểu hiện ra?

ĐẠT-LAI LẠT-MA: Đúng vậy.

MIKE AUSTIN: Nhằm mục đích gì?

ĐẠT-LAI LẠT-MA: Điều đó tùy theo động cơ của mỗi người.

MIKE AUSTIN: Tôi hiểu rồi. Tôi muốn hỏi ngài vài vấn đề có liên quan đến chuyện này. Từ khi ngài còn nhỏ, ngài đã rất thích khoa học. Vì sao vậy?

ĐẠT-LAI LẠT-MA: Vì sao ư? Đó là mơ ước của tôi. Đúng vậy. Để xem nào, tôi đã quan sát nhiều tranh ảnh, và từ đó tôi đâm ra thích thú. Từ khi

mental consciousness. There are subtle physical things which can only be known by the mental consciousness. Thus there is fire and water that is produced by the power of meditative stabilization and yet, they are really not fire and water for they are produced in dependence on samadhi only. But they can perform the function of burning or making something wet.

MIKE AUSTIN: Where is this fire you're talking about?

DALAI LAMA: It is produced by a person who is capable of cultivating it: fire, water, wind and so forth. This is similar to a photograph that a person has imprinted with a mental image, which we saw earlier today. This is like that.

MIKE AUSTIN: So at a certain degree of control of the mind, physical things can be manifested?

DALAI LAMA: Yes.

MIKE AUSTIN: To what purpose?

DALAI LAMA: Just depends on one's motivation.

MIKE AUSTIN: I see. I'd like to ask you about something related to this. Since you were a little boy, you've been very interested in science. Why?

DALAI LAMA: Why? It is my wish. Well, let's see. I looked at many pictures, and then from that, I got interested. I had a lot of curiosity as a child. And

còn nhỏ tôi đã rất tò mò. Và khi bạn phát triển dần những câu hỏi "vì sao", đó là lý do bạn quan tâm đến khoa học.

MIKE AUSTIN: Kể cả khi tìm kiếm một nguyên nhân khởi đầu hay một điều gì đó tương tự như thế?

ĐẠT-LAI LẠT-MA: Nếu bạn tìm kiếm một nguyên nhân khởi đầu thì đó không phải là khoa học. Khoa học đến sau nguyên nhân khởi đầu.

MIKE AUSTIN: Cho đến nửa đời ngài mới rời khỏi một thế giới không có khoa học kỹ thuật[1] để bước vào giữa thế kỷ 20 này. Những sự phát triển, những khám phá nào khiến ngài có ấn tượng hay quan tâm nhiều nhất?

ĐẠT-LAI LẠT-MA: Hôm nay tôi đã có nói đến, đó là cái máy quét này. Thật là đặc biệt. Khi thân thể được quét qua, nó ghi nhận từng cen-ti-mét của cơ thể bạn theo lớp cắt ngang. Thật là kì diệu.

MIKE AUSTIN: Tại sao điều ấy khiến ngài quan tâm?

ĐẠT-LAI LẠT-MA: À, vì nó rất có ích.

MIKE AUSTIN: Vì lí do gì phát minh này lại đáng quan tâm nhất?

ĐẠT-LAI LẠT-MA: Vì không cần phải giải phẫu thân người để có được ảnh chụp.

MIKE AUSTIN: Một số máy móc này đã gây nhiều rắc rối cũng như giúp ích cho con người. Ngài nghĩ cách tốt nhất để vận dụng khoa học kĩ thuật là gì?

as you extend the "hows" back, that's how you get interested in science.

MIKE AUSTIN: Looking for a root cause or something like that?

DALAI LAMA: If you look for the root cause, then that's not science. Science comes after the root cause.

MIKE AUSTIN: Halfway through your life you came out of a world where there was no technology into the middle of the twentieth century. Which developments, discoveries, have impressed or interested you most?

DALAI LAMA: Again, today, this scanning machine. That is something special. Body scanning; it takes every centimetre of your body in cross-section. Very marvellous.

MIKE AUSTIN: Why did that one interest you?

DALAI LAMA: Hm? Very beneficial.

MIKE AUSTIN: For that reason, it was the most intriguing?

DALAI LAMA: There's no need to operate on the person to get the picture.

MIKE AUSTIN: Some of these machines are making a lot of trouble for people as well as helping them. What do you think the best way to use technology is?

ĐẠT-LAI LẠT-MA: Điều đó còn tùy thuộc vào động cơ thúc đẩy. Cần có sự vừa phải và lòng tốt. Như thế mọi thứ sẽ tiến triển tốt đẹp. Thế thôi.

MIKE AUSTIN: Ngài cảm thấy thế nào về năng lượng hạt nhân?

ĐẠT-LAI LẠT-MA: Tốt. Tôi nghĩ đó là điều tốt.

MIKE AUSTIN: Tại sao?

ĐẠT-LAI LẠT-MA: Vì nó có ích. Nếu bạn sử dụng nó một cách thích hợp, tôi cho là vậy.

MIKE AUSTIN: Ngài cảm thấy rằng tiềm năng lợi ích của nó vượt hơn sự nguy hiểm?

ĐẠT-LAI LẠT-MA: Mọi thứ đều là duyên khởi. Bạn thấy đó, năng lượng hạt nhân có phải là hoàn toàn có lợi không? Tất nhiên là không. Nhưng chúng ta đang đề cập một vấn đề nan giải. Chỉ xét riêng bản thân nó, bạn không thể quả quyết rằng năng lượng hạt nhân là xấu, bởi vì nếu bạn quả quyết như vậy thì chính bạn sẽ là người cực đoan. Nếu bạn đi đến bất cứ sự cực đoan nào, điều ấy cũng tai hại.

MIKE AUSTIN: Ngài nghĩ gì về những ảnh hưởng tinh thần rộng hơn của năng lượng hạt nhân? Chúng ta đã sử dụng được năng lượng từ nguyên tử, và với nguồn lực tự nhiên mạnh nhất này - quả thật như thế - chúng ta rất có thể sẽ huỷ diệt cả thế giới. Ngài có thấy gì là nghịch lý trong việc này chăng?

ĐẠT-LAI LẠT-MA: Một lần nữa, điều này hoàn toàn tùy thuộc vào kĩ năng của bạn trong việc sử dụng năng lượng hạt nhân như thế nào. Chẳng hạn

DALAI LAMA: That depends on motivation. Moderation and kindness. It'll go alright; that's it.

MIKE AUSTIN: How do you feel about nuclear energy?

DALAI LAMA: Good. I think it is good.

MIKE AUSTIN: Why?

DALAI LAMA: Because it helps. If you use it properly, I think so.

MIKE AUSTIN: You feel that the possible benefit outweighs the danger?

DALAI LAMA: Everything is a dependent-arising, You see, whether nuclear power is absolutely of benefit; of course not. But we have a difficult topic. You cannot determine that nuclear energy is bad on the basis of itself alone, because if you do that, then you'll just be an extremist yourself. If you go to any one extreme, it could be harmful.

MIKE AUSTIN: What do you think about the broader, spiritual implications of nuclear power? We've tapped the energy in the atom, and with this most fundamental force - nothing less - we might well destroy our world. Do you see anything ironic in that?

DALAI LAMA: Again, this just depends on your skill in knowing how to use nuclear energy. For

như việc ăn kiêng, nếu bạn không biết cách ăn như thế nào cho thích hợp, bạn cũng có thể tự giết mình.

MIKE AUSTIN: Trở lại vấn đề chúng ta đang thảo luận từ trước; sự tồn tại và tiến hóa của vũ trụ. Khoa học phương Tây đã chỉ ra rằng đời sống trên hành tinh này được phát triển từ những dạng thể đơn giản đến những dạng thể tinh vi phức tạp cao hơn. Ngài có thể nào cho rằng dòng tiến hóa này là tương tự với quan niệm của đạo Phật về luân hồi, trong đó các loài hữu tình chuyển sinh trong một vòng luân chuyển đã xác định trước với những hình thức đời sống căn bản?1

ĐẠT-LAI LẠT-MA: Theo những kinh điển mà tôi đã đề cập trước đây, chúng tôi tin vào cả dạng đời sống bậc cao dần dần thoái hóa và dạng đời sống nguyên thủy được tiến hóa. Ngoài ra, tôi không biết. Điều này thật khó nói. Chúng ta phải khảo sát thêm nữa vấn đề này. Tôi cho rằng những điều khác biệt vẫn có thể đồng thời tồn tại. Những gì khoa học đã tìm ra về bản chất hiện nay của sự tiến hóa có thể là đúng; nhưng đồng thời một kiểu tiến hóa khác cũng có thể đang tồn tại. Điều ấy thật khó nói.

MIKE AUSTIN: Trong kinh điển có nói đến hay chăng một thời điểm cụ thể, một mốc cố định hoặc thời kỳ mà trong vòng luân hồi, không gian và thời gian sẽ trống rỗng không còn chúng sinh nào?

ĐẠT-LAI LẠT-MA: Điều này được giải thích như sau trong một quyển kinh của đạo Phật. Nếu bạn đào sâu xuống lòng đất 1000 thước, rồi đào rộng

instance, with respect to diet, if you don't know how to eat properly, you might kill yourself.

MIKE AUSTIN: Going back to what we were discussing before; existence, and the evolution of the universe. Western science has shown that life on this planet developed from simple forms to highly sophisticated ones. Can you equate this linear evolution with the Buddhist view of cyclic existence in which beings migrate in an essentially circular pattern through the same basic life forms?

DALAI LAMA: According to the scriptures I mentioned earlier, we also believe in both a highly developed state which slowly degenerates and a primitive one which evolves. Otherwise, I don't know. It's difficult to say. We have to investigate this further. I feel that different things could exist together. What science has found the present nature of evolution to be could be true, and at the same time, another type of evolution could also exist. It's difficult to say.

MIKE AUSTIN: Is there a specific date, a fixed point or period set down in the scriptures, when cyclic existence, time and space, will be emptied of all beings?

DALAI LAMA: According to one Buddhist scripture, it is explained this way. If you dig down

ra chung quanh vuông vức 1000 thước, sau đó lấp đầy hố trống này bằng tóc, mỗi sợi dài nửa thước. Rồi nếu như cứ 100 năm lại lấy đi một sợi tóc, cho đến khi lấy hết số tóc ấy sẽ là khoảng thời gian của một trung kiếp, và (một đại kiếp) có 80 trung kiếp.2 Đại thể là như thế.

MIKE AUSTIN: Trong kinh có nói là sẽ có bao nhiêu đại kiếp không?

ĐẠT-LAI LẠT-MA: Ồ, vô số. Không có giới hạn đối với đại kiếp. Sự tồn tại theo kiểu như trái đất này tan rã, rồi bắt đầu hình thành, rồi lại tan rã, diễn ra ở khắp nơi trong vũ trụ.

MIKE AUSTIN: Vậy không có một thời điểm xác định khi vòng luân hồi sẽ dừng lại hay sao? Chẳng phải ngài đã nói rằng vòng luân hồi sinh tử không có điểm khởi đầu, nhưng có điểm chấm dứt đó sao?

ĐẠT-LAI LẠT-MA: Đối với từng cá nhân thì nó có thể chấm dứt. Với toàn thể thì nó chẳng có khởi đầu và chẳng có kết thúc. Nếu bạn khảo sát riêng về một con người, có hiện hữu một khả tính có thể đem lại sự chấm dứt nguyên nhân khiến cho người ấy chịu luân hồi sinh tử. Do vậy, nó có điểm kết thúc. Nhưng bây giờ, khi chúng ta đề cập về luân hồi nói chung, thì rất khó nói vì nó không có giới hạn. Đối với cái gì không có giới hạn, làm sao bạn có thể đặt một thời điểm xác định vào đó? Vấn đề là ở điểm này.

MIKE AUSTIN: Một câu hỏi cuối - các dạng sinh vật ở quanh ta chủ yếu được phân làm hai loại.

one thousand yards into the earth and then dig around one thousand square yards and then fill this space with hairs a half inch long each; if you then throw away one hair every hundred years; when you are done, that will be the length of one intermediate aeon one of the eighty. So like that.

MIKE AUSTIN: Does it say how many great aeons there are going to be?

DALAI LAMA: Oh, limitless. There is no limit to the maha or great aeons. The existence of this kind of earth disintegrates, begins to take form, and disintegrates again everywhere in the universe.

MIKE AUSTIN: So there is no fixed point when samsara, cyclic existence, will cease? It is said, isn't it, that samsara is beginningless, but it will have an end?

DALAI LAMA: Individually, it can end. Collectively, it is beginningless and endless. If you examine an individual person, there exists the possibility to bring to an end the causes which produce that person's samsaric existence. Therefore, there will be an end. But now, when we speak of the whole of samsara, then it is difficult to say because it has no limit. So something which is limitless - how can you put a time on it? That's the problem.

MIKE AUSTIN: A final question - the life forms we see around us are primarily broken into two types. One is plant, the other animal. Plants survive through

Một là thực vật, hai là động vật. Thực vật tự sinh tồn bằng chính cơ thể của chúng và những gì lấy được từ ánh nắng, đất và không khí. Nhưng động vật phải ăn thức ăn từ bên ngoài và thường là bằng cách giết hại những loài khác. Ngài thấy có ý nghĩa gì, hay ý nghĩa về mặt tâm linh nào đối với thực tế sự sống đang tồn tại theo hai cách như thế?

ĐẠT-LAI LẠT-MA: (cười lớn). Điều ấy thật khó. Theo đạo Phật, còn có sự khác nhau dựa trên nền tảng đó có phải là một loài hữu tình hay không.

MIKE AUSTIN: Thực vật có phải là loài hữu tình hay không? Chúng có tình thức hay không?

ĐẠT-LAI LẠT-MA: Thực vật nói chung thì không phải. Nhưng nay lại có một điều phức tạp hơn. Loài nào là thực vật thực sự và loài nào là động vật? Điều ấy rất khó. Những cây cối quanh ta có lẽ là thực vật thực sự. Trong trường hợp đó, chúng ta sẽ xem chúng như là loài không có tình thức. Tuy nhiên còn có những loài thực vật khác mà rất khó nói là chúng có tình thức hay không. Ngay cả với cơ thể con người, khi phân tích những tế bào ra thì tôi không biết chắc là tế bào nào có tình thức và tế bào nào không. Theo kinh điển đạo Phật, có 80.000 tế bào1 có tình thức, tức 80.000 chúng sinh hữu tình trong cơ thể con người, bao gồm cả giun lãi. Tôi nghĩ là thân thể con người khó có thể chứa đựng được đến 80.000 con lãi nhìn thấy được bằng mắt thường! Nhưng như tôi đã đề cập, Không nhất thiết là mọi vật có sự chuyển động đều phải có tình thức!

the medium of their own beings, from sunlight, earth and air. Animals, though, have to take food from the outside and usually by killing others. Do you see any meaning, any spiritual significance to the fact that life exists in these two ways?

DALAI LAMA: (loud laughter) That is difficult. According to Buddhism, there might be a difference based on whether it is a sentient being or not.

MIKE AUSTIN: Are plants sentient beings? Do they have consciousness?

DALAI LAMA: Generally as a plant, no. But now again, there is a further complication. What is a real plant and what is something animal? That is difficult. These plants around us may be real plants. In that case, we would consider them not to have consciousness. There are some kinds of plants however, where it is difficult to say if it has consciousness or not. Even if you take the human body; when you break down the cells I'm not sure which kind don't have consciousness and which do. According to Buddhist texts, there are about eighty thousand cells with consciousness, eighty thousand sentient beings in the body, including worms. I think it's impossible for the human body to contain eighty thousand worms, which could be seen with the naked eye, but as I said, everything that moves doesn't necessarily have consciousness.

LUÂN HỒI VÀ CHÚNG SINH

MIKE AUSTIN: Ngài nghĩ thế nào về việc đạo Phật được truyền đến Hoa Kỳ và các nước phương Tây?

ĐẠT-LAI LẠT-MA: Tôn giáo không có biên giới. Có một số người Mỹ quan tâm đến đạo Phật, và nếu đạo Phật có ích cho họ, thì như vậy là đủ rồi.

MIKE AUSTIN: Nói chung, không chỉ là sự quan tâm đến đạo Phật, mà còn có sự kiện phục hưng đời sống tâm linh ở quốc gia này trong 15 năm qua. Ngài cho rằng điều gì đã gây ra sự kiện này?

ĐẠT-LAI LẠT-MA: Có thể là nhờ vào sự phát triển vật chất, và văn hóa Hoa Kỳ là một sự pha trộn nhiều nền văn hóa. Vì thế, người Mỹ rất cởi mở đối với bất cứ điều gì. Hẳn phải có nhiều yếu tố, như cạnh tranh nhiều trong công việc và những điều tương tự như vậy... khiến cho người ta phải đối mặt với những khó khăn, và ngoài ra họ còn trở nên quan tâm đến điều gì đó nghiêm túc hơn. Bạn thấy đó, họ trở nên sâu sắc hơn.

MIKE AUSTIN: Từ trong khó khăn nảy sinh mối quan tâm đến sự phát triển tâm linh?

ĐẠT-LAI LẠT-MA: Nếu tâm loạn động, chỉ cần quán tưởng về một điểm hay một đề tài trong một thời gian ngắn thì sẽ có được sự an tĩnh. Từ ban sơ, con người đã trở nên bị thu hút vào loại hình sinh

Cyclic Existence And Sentient Beings

MIKE AUSTIN: How do you feel about Buddhism coming to America and the West?

DALAI LAMA: Religion has no boundaries. There are some Americans who are interested in it, and if it helps them, then that's sufficient.

MIKE AUSTIN: In general, it's not just interest in Buddhism, but there's been something of a spiritual renaissance in this country in the past 15 years. What do you think has caused this?

DALAI LAMA: It could be due to materialistic progress, and American culture is a mixture of many cultures. Therefore, Americans are very open to anything. There must be many factors, and there is much competition for jobs and so forth. Thus, people come to meet with difficulties, and out of that get interested in something serious. They go deeper, you see.

MIKE AUSTIN: From difficulty comes an interest in spiritual growth?

DALAI LAMA: If the mind is very restless, then just to meditate on one point or one subject for a short while will create some calm. In the beginning

hoạt này vì nó giống như một bữa tiệc tinh thần hay một kỳ nghỉ. Và không chỉ là đạo Phật, mà là tất cả những tôn giáo của phương Đông.

MIKE AUSTIN: Ngài nghĩ gì về những lễ nghi tôn giáo? Con người từ bỏ tư cách cá nhân của mình trước một vị giáo chủ hay đấng quyền năng?

ĐẠT-LAI LẠT-MA: Để trả lời điều này, tôi sẽ nói về cách đánh giá một bậc thầy trong đạo Phật. Giáo lý mà đức Phật truyền dạy không phải là để phô bày kiến thức với người khác, mà là để giúp họ. Vì thế, bất luận tư tưởng hay nhận thức riêng của mình là như thế nào, một bậc thầy luôn giảng dạy giáo lý phù hợp theo với cá tính, sự quan tâm... của người nghe. Những người học Phật, nếu muốn xác định được ý nghĩa rốt ráo thì phải phân biệt giữa những gì có thể diễn giải - như khi được nói ra vì một mục đích cụ thể - và những gì là rốt ráo, hay chân lý tuyệt đối. Nếu trong sự phân định những gì là có thể diễn giải và những gì là sự thật tuyệt đối trong một kinh điển, người ta phải dựa vào một kinh điển khác, thì lại phải cần đến một kinh điển khác nữa để xác tín kinh điển trước đó, và thêm một kinh điển nữa để xác tín kinh điển sau này. Sự việc sẽ có thể kéo dài đến vô cùng. Do vậy, một khi người ta đã khẳng định rằng có sự phân biệt hai ý nghĩa này, thì cần thiết phải dựa trên sự suy luận để thực thi. Những gì không bị phá vỡ bởi sự suy luận, đó là chân lý tuyệt đối. Do có thực tế này, đức Phật đã chỉ ra bốn chỗ y cứ (tứ y):

people became attracted to this kind of thing because it was like going on a mental picnic or vacation. And it was not just Buddhism, but all Eastern religions.

MIKE AUSTIN: What do you think of cults; people forfeiting their individuality to a religious figurehead or authority?

DALAI LAMA: To answer that, I'll talk about the Buddhist way of viewing a teacher. The doctrines that Buddha taught were not for the sake of displaying his knowledge to others, but in order to help them. Therefore, no matter what his own thought or realization was, he taught in accordance with the disposition, interest, and so forth of the listener. Those who follow Buddha's word, in order to determine his final meaning, must make a differentiation between that which is interpretable - as it was spoken for a specific purpose - and that which is definitive or incontrovertibly true. If in differentiating what is interpretable and what is definitive, one had to rely on another scripture, then one would have to rely on a scripture to validate that scripture and a further one to validate the latter. It would then be limitless. Therefore, once one asserts that there is this differentiation, it is necessary to rely on reasoning to implement it. That which is not damaged by reasoning is definitive. Since this is the case, Buddha set forth the four reliances.

- Không y cứ vào con người, mà y cứ vào giáo pháp (Y pháp bất y nhân).

- Về giáo pháp, không y cứ vào từ ngữ, mà y cứ vào ý nghĩa (y nghĩa bất y ngữ).

- Về ý nghĩa, không y cứ vào ý nghĩa diễn giải, mà y cứ vào chân lý tuyệt đối (y liễu nghĩa kinh, bất y bất liễu nghĩa kinh).

- Về chân lý tuyệt đối, không y cứ vào sự nhận hiểu của ý thức thông thường, mà y cứ vào sự hiểu biết của trí tuệ siêu việt (y trí bất y thức)

Do đây, độ tin cậy của giáo pháp không thể xác định qua việc đánh giá người giảng dạy, mà phải qua sự thẩm định chính giáo pháp ấy.

Trong kinh, đức Phật dạy rằng: "Các tỳ-kheo và thiện tri thức nên tin nhận lời dạy của Như Lai không phải do lòng kính trọng mà là qua sự phân tích giáo lý ấy, như người thợ kim hoàn phân tích chất vàng bằng cách cắt đứt, nung chảy, mài giũa và đánh bóng nó."

Người ta không chỉ xác định rằng đức Phật là cội nguồn nương tựa đáng tin cậy bởi sự kiện là thân tướng đức Phật được trang nghiêm bằng những tướng tốt chính và phụ, mà bởi vì giáo pháp của ngài để thành tựu các cảnh giới cao và sự chí thiện là đáng nương cậy. Vì giáo lý dành cho các cảnh giới cao đề cập đến vật thể, có liên quan đến những hiện tượng rất ẩn mật và vượt ngoài những tiến trình suy

- Rely not on the person, but on the doctrine.

- With respect to the doctrine, rely not on the words, but on the meaning.

- With respect to the meaning, rely not on the interpretable meaning, but on the definitive meaning.

- With respect to the definitive meaning, one should rely not on comprehension by an ordinary state of consciousness, but on understanding by an exalted wisdom consciousness.

Because of this, the reliability of teachings cannot be determined by considering the person who taught them, but by investigating the teachings themselves.

In sutra, Buddha said "Monks and scholars should accept my word not out of respect, but upon analysing it as a goldsmith analyses gold, through cutting, melting, scraping and rubbing it."

One doesn't determine that Buddha is a reliable source of refuge by the fact that his body was adorned with major or minor marks, but because his teachings for the achievement of high status and definite goodness are reliable. Since the teachings regarding high status touch on matters that involve very hidden phenomena and are beyond the ordinary processes of reasoning, it is necessary to

luận thông thường, nên cần thiết phải tham cứu đạo Phật để thành tựu sự chí thiện.

Một cách cụ thể, đây là những giáo lý về nhận thức trí tuệ tánh không. Thông qua sự xác định rằng giáo lý ấy là đúng đắn và hiển nhiên, người ta sẽ đi đến kết luận rằng giáo lý về các cảnh giới cao là chân xác. Như ngài Pháp Xứng[1] đã nói, bậc đạo sư phải là người khéo léo trong cách tiếp xử, cái gì thừa nhận và cái gì loại trừ. Người ta không thể nào chấp nhận một bậc thầy chỉ vì người ấy thi thố phép lạ, có khả năng thấu thị, nhìn thấy những vật từ xa hoặc có khả năng thể hiện những năng lực vật lý nào đó. Dù người ta có thể nhìn thấy được từ xa hay không cũng chẳng quan trọng. Điều quan trọng là người ta biết cách để đạt được sự an lạc - như ngài Pháp Xứng nói. Nếu chỉ cần thấy được vật thể từ xa, thì người ta nên quy y con chim kên kên! (Đây là ý trong bài kệ căn bản của Lượng thích luận.)

Tất cả những điều này là để cho thấy rằng một bậc thầy phải có đầy đủ phẩm chất khi giải thích những gì được thừa nhận và những gì phải loại trừ. Do vậy, trong tạng Kinh, Luật và trong nhiều phần khác nhau của các tan-tra, đức Phật đề ra một cách chi tiết những phẩm hạnh của các bậc thầy ở từng cấp độ khác nhau.

Sự phân tích về một bậc thầy để xem vị ấy có đủ các phẩm hạnh hay không là điều rất quan trọng trước khi chấp nhận. Điều này càng đặc biệt quan trọng trong việc tu tập tan-tra. Trong một tan-tra có

examine Buddha's teachings for the achievement of definite goodness.

Specifically, these are the teachings regarding the realization of the wisdom of emptiness. Through determining that they are correct and incontrovertible, one can come to the conclusion that the teachings regarding high status are as well. As Dharmakirti says, a teacher must be one who is skilled in which behaviour is to be adopted and which discarded. One cannot accept a teacher because that person performs miracles, has the clairvoyant ability to see things in the distance or is able to create certain physical emanations. Whether one can see far in the distance or not, doesn't matter. What matters is whether one knows the techniques for achieving happiness - as Dharmakirti says. If it were sufficient to be able to see things at a distance, then one should go for refuge to a vulture. (This is in the root stanzas of the Pramanavarttika itself.)

Now, this is all to show that a teacher who explains what is to be adopted and discarded must be fully qualified. Therefore, Buddha set forth in detail the qualifications for many different levels of teachers within the vinaya or discipline scriptures, within the sutras and within the various divisions of the tantras.

It's very important before one accepts a teacher to analyse them, to see if he or she has these qualifications. It is particularly important in tantric practice. In one tantra, it says that since there is

nói rằng vì sự nguy hiểm rất lớn cho cả thầy lẫn trò, nên nhất thiết phải tìm hiểu kĩ lưỡng trước đó, cho dù có phải mất đến 12 năm để đi đến một kết luận.

Trong đạo Phật, nếu chỉ có niềm tin là đủ thì đức Phật hẳn không cần phải đề ra những chi tiết quan trọng đến thế liên quan đến việc chọn lựa một bậc thầy. Trong sự tu tập Tan-tra, pháp tu Du-già Tan-tra là rất quan trọng. Nhưng cho dù là quan trọng, nó cũng không được thực hiện trên nền tảng của niềm tin mù quáng. Trong Giới kinh có nói rằng nếu một vị Lạt-ma giảng dạy trái ngược với giáo lý thì người ta nên phản đối điều đó.

Một bản kinh được trích dẫn trong tác phẩm Bồ-đề đạo thứ đệ của Tông-khách-ba nói rằng người ta nên nương tựa vào vị Lạt-ma bằng cách tán thành những gì phù hợp với giáo lý và phản đối những gì không phù hợp. Đây là một bản kinh trong Bồ Tát tạng.

Còn về Man-tra thừa, trong tác phẩm Sự sư pháp ngũ thập tụng của Bồ Tát Mã Minh2 nói rằng nếu một vị Lạt-ma dạy điều gì mà người ta không chấp nhận, thì nên dùng lời nói để giải thích cho vị Lạt-ma ấy biết lý do tại sao. Điều này giải thích cách mà người ta nương tựa vào một vị Lạt-ma trong cả ba thừa1 của đạo Phật. Hành giả không nên rơi vào một trong hai phía cực đoan. Vì trong tất cả mọi công phu tu tập, sau khi xác định được chân lí bằng lý luận, hành giả nên có một niềm tin, nhưng đó chẳng phải là niềm tin mù quáng dẫn bạn đến hố sâu. Bạn nên quán sát kỹ những gì bậc thầy nói, chấp nhận

great danger for both the master and the student, it is necessary to analyse before - hand even if it takes twelve years to come to a conclusion.

Now, if in Buddhism it were sufficient just to have faith, then Buddha would not have needed to set forth such great detail concerning the choice of a teacher. In mantric practice - tantra - guru yoga is very important. But even though it is important, it doesn't operate on the basis of blind faith. It says in the discipline that if a lama teaches contrary to the doctrine one should object to it.

A sutra quoted in Tsongkapa's Great Exposition of the Stages of The Path, says that one should rely on a lama by agreeing with what is concordant with the doctrine and opposing that which is discordant. This is in a sutra in the Bodhisattva Pitaka.

Then with respect to mantra, Ashvaghosha's Fifty Stanzas on the Guru states that if a lama says something which one cannot accept, one should verbally explain to him why. This describes how one is to rely on a lama within the three vehicles of Buddhism. One shouldn't fall to either of the extremes. As in all practices, after ascertaining the truth with reason, one should then have faith, but that isn't a blind faith leading you into a chasm. You should examine what the teacher says, accepting what is suitable and rejecting that which is not. This

những gì phù hợp và khước từ những gì không phù hợp. Đây là một tiến trình chung trong đạo Phật, và tôi tán thành điều này. Tôi làm theo điều ấy.

MIKE AUSTIN: Làm sao để quy y với một bậc thầy hoặc với đức Phật trừ phi chính ta đã thân chứng được giá trị đích thực trong giáo lý của họ?

ĐẠT-LAI LẠT-MA: Nếu nói về sự quy y với nhận thức đúng đắn, thì nhất thiết phải xác định được niết-bàn là gì trước khi quy y. Để hiểu chân xác rằng niết-bàn là thực có và có thể chứng nhập, thì điều thiết yếu là phải nhận biết được tánh không. Đây thường là mô thức dành cho người duy thực, những người luôn phải khởi đầu từ những sự kiện thực tiễn. Tuy nhiên, đối với những dạng người khác, chủ yếu dựa theo niềm tin, thì có nhiều cách khác nhau để họ tạo ra niềm tin. Thế nên, dù người ta không có được nhận thức đúng đắn về niết-bàn và khả năng thực chứng niết-bàn, thì ít nhất họ cũng phải có được một giả định chính xác về niết-bàn.

MIKE AUSTIN: Có mâu thuẫn chăng khi nói rằng các hành giả duy thực phải đi trọn con đường trước khi quy y cũng chính trong con đường mà họ đã đi qua?

ĐẠT-LAI LẠT-MA: Hiện thực hóa niết-bàn và sự khẳng định rằng niết-bàn có thực là hai việc hoàn toàn khác nhau. Chẳng hạn, thực sự đến nơi này và biết chắc nơi này có thực là khác nhau.

MIKE AUSTIN: Phần lớn người thế gian đều không nhiệt thành trong việc đào luyện tâm linh.

is the general Buddhist procedure, and I agree with it. I follow it.

MIKE AUSTIN: How can you really go for refuge to either the teacher or the Buddha unless you yourself have already experienced the validity of their teaching?

DALAI LAMA: If one speaks about refuge with valid cognition, then it would be necessary to ascertain nirvana before going for refuge. In order to ascertain both the existence of nirvana and that it is obtainable, it is necessary to realize emptiness. This would be the mode of procedure for one who follows the facts; who has to get down to the facts. However, for other types of people, who mainly follow through faith, there are many different ways in which they generate belief. Thus, even if one had not gotten valid cognition regarding nirvana and its obtainability, at least one would have to have a correct assumption concerning it.

MIKE AUSTIN: Isn't it a contradiction to say that the followers of fact have to travel the whole path before taking refuge in the very path they would have then already travelled?

DALAI LAMA: The actualisation of nirvana and the ascertainment that it exists are very different. For instance, actually arriving at this place and ascertaining that this place exists are different.

MIKE AUSTIN: The vast majority of people in the world are not actively engaged in spiritual

Những khía cạnh quan trọng và sâu thẳm nhất trong đời sống của họ là những mối quan hệ với người khác - đặc biệt là với các thành viên trong gia đình. Ngài cho rằng đến mức độ nào thì những mối liên hệ căn bản này được xem như là một phương tiện cho sự phát triển của nhân loại? Tự thân những mối quan hệ ấy có chút tác dụng nào giúp cho con người tiến hóa chăng?

ĐẠT-LAI LẠT-MA: Tôi không rõ. Có một dạng tình thương của chúng ta là chân thực. Tình thương này có thể trải rộng hướng đến sự phát triển tâm linh. Nó có thể được dùng như là nền tảng cho sự phát triển thành Từ vô lượng tâm.1 Thế nên, từ quan điểm đó thì đời sống gia đình hay những quan hệ gia đình có thể là có lợi. Trong bản chất con người đã sẵn có lòng tốt theo cách nào đó. Phần nào trong đó là hợp lí. Nhưng đồng thời lòng tốt thông thường sẵn có trong bản chất con người lại chịu ảnh hưởng rất mạnh của ái luyến. Điều này lại chẳng có liên quan gì đến phương diện tinh thần, và trong thực tế còn có tác động như một trở ngại.

MIKE AUSTIN: Ngài nói đến tình thương dựa trên sự ái luyến?

ĐẠT-LAI LẠT-MA: Đúng vậy.

MIKE AUSTIN: Vậy xin ngài có thể nói về tình thương chân thực?

ĐẠT-LAI LẠT-MA: Có nhiều nguyên do để có tình thương chân thực. Khi bạn có lòng trắc ẩn hoặc thương xót một người rất nghèo, lúc ấy bạn tỏ ra

development. The most important or deepest aspects of their lives are their relationships with others - particularly family members. To what degree do you think these basic relationships serve as a means for human growth? Do they function at all on their own to help people evolve?

DALAI LAMA: I don't know. One kind of love which we possess is the right kind of love. This can extend towards spiritual development. It can be used as the basis for the development of infinite kindness. So from that viewpoint, yes, the family life or family ties can benefit. In human nature, we already have a certain type of kindness. Part of that is reasonable. Now at the same time, this usual kindness that comes with human nature is strongly influenced by attachment. Now that has nothing to do with the spiritual side, and in fact, acts as an obstruction.

MIKE AUSTIN: Love, based on attachment?

DALAI LAMA: Yes.

MIKE AUSTIN: Can you talk about the right kind of love?

DALAI LAMA: There are many reasons for it. When you have pity or compassion for a very poor man, at that moment you are showing sympathy because he is poor. That love is based on right

cảm thông bởi vì người ấy nghèo. Tình thương ấy đặt nền tảng trên nguyên nhân đúng đắn. Còn tình thương dành cho vợ, con hoặc một người bạn thân là tình thương dựa trên một đối tượng ái luyến. Một khi sự ái luyến của bạn thay đổi, tình thương loại này sẽ không tồn tại nữa. Dạng tình thương đã nói trước không dựa trên sự ái luyến của bạn, mà là tình thương - như trong trường hợp này - phát khởi do có một người đang chịu đựng sự nghèo khổ. Như vậy, khi nào ông ta còn nghèo khổ thì tình thương của bạn vẫn còn tồn tại.

MIKE AUSTIN: Có phải ngài cho rằng tình thương chân thực chỉ có được trong sự cảm thông.

ĐẠT-LAI LẠT-MA: Vâng! Tương tự như vậy. Tình thương chân thực sẽ không thay đổi theo cảm xúc của bạn đối với đối tượng. Tình thương gắn liền với sự ái luyến sẽ thay đổi rất nhiều tùy theo cách nhìn của bạn với đối tượng.

MIKE AUSTIN: Tín đồ Phật giáo cho rằng xúc cảm là chướng ngại - tâm sở phiền não - là điều nên trừ bỏ. Dù vậy, ở phương Tây thì một trong các tiêu chuẩn chính của cuộc sống trọn vẹn chính là việc những cảm xúc sâu kín nhất đã được trải nghiệm như thế nào. Nếu một người né tránh sự đam mê sẽ bị người khác cho là sống giả tạo. Mặt khác, người ta thường ngưỡng mộ những người có nhiều kinh nghiệm sống. Hai quan niệm này có phải phủ định lẫn nhau không?

ĐẠT-LAI LẠT-MA: Điều này hơi phức tạp. Có những cảm xúc mạnh mẽ nào đó đến với bạn do ái

reasons. Now, the love towards your wife, your children, or a close friend is love based on an object of attachment. Once your attachment changes, then that kindness no longer exists. The other kind of love is not based on your attachment, but is love - as in this case - because a man is suffering from poverty. So as long as he suffers from poverty, your love will remain.

MIKE AUSTIN: Are you saying that the correct love is found only in empathy?

DALAI LAMA: Yes. It is similar. The right kind of love will not change according to your emotional feelings towards the object. Love that is connected with attachment will fluctuate very much according to how you look at it.

MIKE AUSTIN: Buddhists believe that the emotions are obscurations - mental defilements - which should be abandoned. In the West, though, one major criteria for a full life is just how deeply feelings are experienced. If passion is avoided, one feels a person is superficial. On the other hand, people often admire someone who has richly experienced life. Must these two views negate each other?

DALAI LAMA: This is a little complicated. Certain strong emotions come into you because of your

luyến. Tương tự, những tình cảm mạnh thậm chí có thể có mặt trong công phu thực hành giáo pháp hoặc trong sự kính ngưỡng của bạn đối với bậc thầy của mình. Cho dù tình cảm này có vẻ như là tốt, nhưng nếu hành giả tu tập đúng đắn thì đến giai đoạn sau đó anh ta sẽ phải loại trừ cả những tình cảm này.

MIKE AUSTIN: Vậy là thực sự không có cách nào để tương đồng hai quan niệm này? Điều gì sẽ xảy ra khi bạn hữu hay cha mẹ của một người qua đời, ngài không thấy rằng việc họ đau buồn là điều đúng đắn hay sao?

ĐẠT-LAI LẠT-MA: Đối với cái chết của cha mẹ hay của người khác, đúng là có lý do để đau buồn. Tôi chẳng thấy có gì sai trái trong điều này. Nếu có điều gì bất hạnh xảy đến cho cha mẹ mình hoặc xảy đến cho người mà mình yêu quý nhất, thì đó là một lý do hợp lý để đau buồn. Nhưng ở đây, nếu có người bị mất cha mẹ và đau buồn, tôi nghĩ là sự đau buồn của họ nên dựa trên sự hợp lý, vừa phải. Tôi nghĩ như vậy là đúng đắn. Đừng quá vô tình, nghĩa là anh ta phải cảm thấy rất tiếc nuối. Đừng quá đau đớn, có nghĩa là anh ta biết chấp nhận điều ấy. Như vậy đó, sự đau buồn dựa trên ái luyến mạnh mẽ là không tốt. Do sự đau buồn đó, người ta thậm chí có thể tự vẫn! Đi đến mức độ đó là đã vượt quá sự hợp lý.

MIKE AUSTIN: Vì thế nên đó là điều nên từ bỏ?

ĐẠT-LAI LẠT-MA: Đúng vậy.

attachment. Similarly, strong feelings can even enter into your practice of Dharma or your attitude towards your guru. Although the emotion might seem good, if someone is practicing properly, at a later stage he has to get rid of these feelings.

MIKE AUSTIN: So there really is no way to equate the two views? What if someone's friend or parent dies, don't you think it's good for them to feel sad?

DALAI LAMA: At the death of a parent or anyone else, there is a reason for being sad. I don't find much wrong in this. If something unfortunate happened to your own parents or someone for whom you've had much love, there is a good reason to feel sad. Now here, if someone loses their parents and is sad, I think their sadness should be based on reasoning - no more, no less. I think that is correct. No less means he feels very sorry. No more, he accepts it. Now you see, the sadness which is based on strong attachment is bad. Because of that sadness people may even kill themselves. Going to that extent is beyond reason.

MIKE AUSTIN: So that is what should be abandoned?

DALAI LAMA: Yes.

GIẤC MƠ

MIKE AUSTIN: Ngài có thể mô tả giấc mơ thuộc loại hiện tượng tinh thần nào?

ĐẠT-LAI LẠT-MA: Có những phương thức để làm cho các giấc mơ trở nên không bị nhận lầm về mặt bản chất tuyệt đối của thực tại. Ngoài ra thì những giấc mơ - cho dù là có những giấc mơ khác thường - chẳng có mấy giá trị trong việc phát triển tinh thần.

MIKE AUSTIN: Có phải đó chỉ là do tâm thức quá loạn động đến nỗi ngay cả khi thân đã ngủ yên mà nó vẫn tiếp tục hoạt động?

ĐẠT-LAI LẠT-MA: Khi một người đang ngủ không có những giấc mơ - trong trạng thái không mơ thì ít ý tưởng hơn. Khi những giấc mơ xuất hiện, người ta sinh khởi lòng ham muốn, sân hận, v.v... và sau đó dĩ nhiên là có rất nhiều ý tưởng. Tâm thức trong mơ dễ dàng thay đổi hay chuyển hóa hơn. Sự trải nghiệm niềm vui, nỗi buồn trong giấc mơ có thể ảnh hưởng đến cùng một kinh nghiệm đó của tâm thức thô trọng hơn khi thức giấc. Vì tâm thức trong mơ nhạy cảm hơn so với tâm thức khi tỉnh, nên nó cũng hoạt động có hiệu quả hơn.

Bây giờ nói đến một loại thân thể đặc biệt trong mơ, là trường hợp của thân thô trọng thực sự được lìa bỏ. Có những trường hợp như thế này là do hành vi

MIKE AUSTIN: Can you describe what type of mental phenomena dreaming is?

DALAI LAMA: There are techniques for causing dreams to become non-mistaken as to the ultimate nature of reality. Otherwise, dreams, though there are unusual ones, are of little value in developing the mind.

MIKE AUSTIN: Is it just because the mind is so restless that even when the body sleeps, it continues to function?

DALAI LAMA: When one is sleeping without dreams - in a dreamless state there is less conceptuality. When dreams appear, one generates desire, hatred and so forth; and then of course, there is a lot of conceptuality. A dream consciousness is easier to change or transform. The experience of pleasure and pain in it can influence the same experience by a coarser consciousness when awake. Because a dream consciousness is more subtle than a waking consciousness, it is more effective.

But now, a special dream body is a case of the coarse body actually being left. There are cases of

hay nghiệp từ đời trước của người đó, như một năng khiếu bẩm sinh, một tài năng. Những người này có thể trải nghiệm được những điều thực sự đang xảy ra bên ngoài vào lúc ngủ - bên ngoài cơ thể của họ.

Cũng có những trường hợp người ta rèn luyện để có thể sử dụng thân đặc biệt trong mơ. Để không mất thời gian trong việc tu tập tín ngưỡng, họ thường mở sẵn những trang sách trước khi đi ngủ. Trong giấc ngủ, họ xuất thần ra khỏi thân thể họ ra và dành thời gian ấy để đọc sách. Những trang sách thường phải được dàn trải ra trước đó, vì thân trong mơ không có khả năng chuyển dịch những vật thể thô trọng.

this due to one's former actions or karma, like a gift at birth, a talent. These people can experience what is actually going on at this time externally - beyond their bodies.

There are also cases of people who train in making use of the special dream body. Not to lose time in their religious practice, they often spread the pages of a book out before going to sleep. During sleep they then depart from their bodies and spend that time reading. The pages would be separated before because the dream body is incapable of moving coarse physical matter.

LUÂN HỒI VÀ TÁI SANH

MIKE AUSTIN: Xin ngài giải thích rõ từ quan điểm của đạo Phật, một cách chính xác những gì xảy ra về mặt sinh lý học trong toàn bộ tiến trình luân hồi sinh tử và tái sanh?

ĐẠT-LAI LẠT-MA: Có bốn trạng thái phải trải qua trong một đời người. Trạng thái sinh ra được cho là hết sức ngắn ngủi, chỉ ngay trong khoảnh khắc của sự thụ thai. Khoảnh khắc kế tiếp mới là sự khởi đầu của trạng thái có thời gian đầu tiên, kéo dài từ khi thân thể thô trọng bắt đầu hình thành cho đến khi chết. Rồi trong suốt trạng thái chết, ngay cả khi diễn ra trong thân xác già nua, mối quan hệ của lực nâng đỡ cho thức và cái mà thức nâng đỡ ở trong thân rất là dữ dội. Vào đúng thời điểm chết, mối quan hệ của thức được nâng đỡ bởi nền tảng vật chất chỉ còn được diễn ra ở mức độ vi tế nhất. Vào thời điểm này, tâm thức cá nhân được nối kết với nguồn nội lực vi tế nhất, hay còn gọi là 'khí'. Với người sẽ trải qua trạng thái thân trung ấm hay bardo, ngay khi trạng thái chết chấm dứt thì trạng thái thân trung ấm liền bắt đầu.

Trong trạng thái thân trung ấm, dù chúng sinh không có một thân vật lý thô trọng, nhưng họ cũng có một sắc thể - có được do sự tương tác giữa luồng khí nội lực và thần thức. Nó thô trọng hơn so với

MIKE AUSTIN: Could you elucidate from a Buddhist point of view, exactly what happens on a physiologic basis, during the whole course of cyclic existence; life, death and rebirth?

DALAI LAMA: There are four states. The birth state is said to be momentary, just at the point of conception. The next moment is the beginning of the prior time state, ranging from when the coarse body starts to form until death. Then during the death state, even though it is taking place within the old body, the relationship of support and supporter of consciousness abiding in the body has been severed. At the point of death, the relationship of consciousness supported by a physical base, takes place only on the subtlest level. At this point, individual consciousness is conjoined with the subtlest inner energy or "air," as it says. For one who is going to pass through the intermediate or bardo states, as soon as the death state stops, the intermediate state begins.

In the intermediate states although one doesn't have a gross physical body, one does have a form - achieved through the interaction of inner air and consciousness. It is grosser than the most subtle

thân vi tế nhất, nhưng vi tế hơn so với thân vật chất thông thường mà chúng ta nhìn thấy.

MIKE AUSTIN: Nó có hình dáng không?

ĐẠT-LAI LẠT-MA: Ồ! Có. Nó sẽ mang hình dáng của loài chúng sinh mà nó sẽ tái sinh. Tuy nhiên, có những giáo lý nói rằng trong nửa đầu của giai đoạn thân trung ấm, thân bardo có hình dáng của thân quá khứ vừa qua, và trong nửa sau đó có thân của đời sống sắp tới. Cứ mỗi 7 ngày lại có một cái chết nhỏ diễn ra trong thân trung ấm. Với 7 lần chết như thế, thân trung ấm có khả năng duy trì cho đến tuần thứ 7, nhưng không thể lâu hơn. Vào lúc đó người chết sẽ quyết định tái sinh. Chúng sinh khi mang thân trung ấm cũng giống như chư thiên hay quỷ thần, không có thân vật chất nặng nề vốn có nhiều giới hạn. Chúng ta không thể nhìn thấy họ bằng mắt thường. Trong số những chúng sinh không có thân vật chất nặng nề - không chỉ là những chúng sinh mang thân bardo - có rất nhiều loài như: chư thiên, a-tu-la, quỷ thần, v.v... Như trong xã hội loài người có những người không tu tập Phật pháp, có những người tu tập chút ít, có người tu tập nhiều hơn, có người tu tập ít hơn. Các vị tiên tri nói chung cũng là người như chúng ta, vẫn ở trong luân hồi. Những chúng sinh như Chenrezi1 trong cảnh giới của chư thiên là những người đã giác ngộ. Ở đây có rất nhiều dạng Chenrezi. Tâm từ bi của chư Phật nói chung, hóa thân của các ngài bằng hình tướng được

body, but more subtle than the usual physical one we see.

MIKE AUSTIN: Does this have a shape?

DALAI LAMA: Oh, yes. It will have the shape of the being which one will be reborn as. There are systems, however, which say that for the first half of the period of the intermediate state, the bardo body has the form of the past life, and for the next half, that of the life to come. Every seven days there is a small death which takes place to the bardo body. With seven such deaths occurring every seven days, it is possible to remain in the intermediate state for up to seven weeks, but no more. By that time one will definitely take rebirth. Beings in the intermediate state are like gods or spirits in that they do not have a gross physical body susceptible to many limitations. They can't be seen by ordinary sight. Among all those who do not have gross bodies - not just bardo dwellers - there are many different types: gods, demigods, spirits, etc. As in human society there are those who have no contact with Buddhist practice, those who have a little contact, some more, some less. The oracles generally speaking, are people like us, within cyclic existence. Such beings as Chenrezi among the society of gods, are persons who have already obtained enlightenment. Now there are many different types of Chenrezis. The compassion

gọi là Chenrezi. Như vậy dạng Chenrezi này không phải là một cá thể chúng sinh. Tuy nhiên, giống như đức Phật Thích-ca Mâu-ni là một con người đặc biệt, cũng có Chenrezi là một con người đặc biệt. Còn có những người thường như chúng ta có thể nhận vị Chenrezi làm hộ thần. Khi những người này được giác ngộ, họ sẽ xuất hiện dưới hình tướng của vị Chenrezi. Bởi vì vị ấy trong giai đoạn gia hạnh vị của Vô thượng Du-già Tan-tra quả thật đã tự phát huy chính mình, nên vị ấy được nhận danh xưng là Chenrezi. Tuy nhiên, vị ấy không nhất thiết chỉ tiếp tục thị hiện như một Chenrezi, mà đồng thời còn có thể thị hiện trong nhiều hình tướng khác.

Từ góc độ của một vị Phật, người ta chỉ có thể nói rằng một Sắc thân nào đó là dạng tối hậu hoặc cao nhất, nhưng không thể nói rằng về mặt tâm linh có những dạng này hay dạng khác. Sắc thân hiện ra đồng thời trong nhiều dạng khác nhau tương ứng với nhu cầu của người được giáo hóa và tùy thuộc vào hạnh nguyện trong đời trước của vị Phật đó. Do vậy, một vị Phật thường tự nhiên và đồng thời thị hiện trong vẻ ngoài của các vị Chenrezi, Văn-thù-sư-lợi, Di-lặc, v.v... tùy theo sự mong cầu của người được giáo hóa.

MIKE AUSTIN: Liên quan đến việc này, ngài đã biết câu chuyện về Jesus Christ, ngài nghĩ như thế nào?

of all Buddhas in general, its manifestation in form, is called Chenrezi. Thus, this type of Chenrezi is not an individual being. However, just as Shakyamuni is a specific person, there is also a Chenrezi who is a specific person. Also, there are people like us who might take Chenrezi as a special deity. When that person becomes enlightened, he or she will appear in the form of Chenrezi. Because the person at the time of the stage of generation in Highest Yoga Tantra generated his or her self as such, he is designated with the name Chenrezi. However, they don't have to continue appearing just as Chenrezi. Simultaneously, they may appear in many different ways.

From a Buddha's own point of view one can only say that a Form Body is a final or highest Form Body. One cannot say that inwardly it is one way or another. It appears simultaneously in many different forms in accordance with the needs of the trainees and in dependence upon that Buddha's former wishes and prayers. Therefore, one Buddha would appear automatically and at the same time in the aspect of Chenrezi, Manjusri, Maitreya and so forth, according to the needs of the trainee.

MIKE AUSTIN: In connection with this, you know the story of Jesus Christ. What do you think about it?

ĐẠT-LAI LẠT-MA: Mặc dù người ta không thể nói một cách chắc chắn, nhưng có vẻ như đây là trường hợp của một chúng sinh giác ngộ thị hiện theo cách thích hợp để dẫn dắt những chúng sinh khác. Tuy thế, có thể chắc chắn rằng ông ta là một chúng sinh nổi bật.

MIKE AUSTIN: Những sự thị hiện này có vẻ giống như những hình chiếu có dạng sắc thân của một chúng sinh bậc cao; liệu những hình chiếu này có một ngã thức tương đối không?

ĐẠT-LAI LẠT-MA: Có rất nhiều khả năng. Chẳng hạn, một vị Bồ Tát có năng lực biến hóa có thể hóa thân thành một chúng sinh nào đó. Vậy thì chúng sinh đó sẽ có ý thức về "cái tôi". Tuy nhiên, nếu chúng sinh đó lại tiếp tục biến hóa thành một hình tướng khác, thì hình tướng ấy có thể có vẻ như một con người, nhưng thật không phải vậy. Thế nên có nhiều trường hợp. Một số trường hợp có ý thức về "cái tôi", một số trường hợp lại không có.

MIKE AUSTIN: Trường hợp biến hóa lần thứ hai hẳn phải là một thân có thực với tâm thức có thực nhưng không có ý thức về "cái tôi"?

ĐẠT-LAI LẠT-MA: Hóa thân lần thứ hai có thể thực hiện chức năng của một con người, nhưng không phải là một con người riêng biệt. Chẳng hạn, nếu một bậc giác ngộ cùng lúc hóa thân thành 100 hình tướng, đó chẳng phải là có đến 100 người, mà vẫn chỉ là một người ở trung tâm điểm mà thôi.

DALAI LAMA: Though one couldn't say definitely, it would seem that this was a case of an enlightened being manifesting in an appropriate way to lead others on. It is definite, though, that he was a superior being.

MIKE AUSTIN: These manifestations that appear like reflections in physical form of a higher being; do they have a sense of a relative sense of self?

DALAI LAMA: There are many possibilities. For instance, a Bodhisattva who is able to do emanations could emanate himself as a certain being. Then that being would have a sense of "I." However, if that being in turn emanated out another form, then that one would appear to be a person, but wouldn't be. So there are many cases. Some have a sense of "I," and some do not.

MIKE AUSTIN: The second emanation would be an actual body with an actual consciousness, but would not have a sense of "I"?

DALAI LAMA: The secondary one could perform the function of a human being, but wouldn't be a separate person. For instance, if an enlightened being emanated a hundred forms at one time, there would not be a hundred persons, there would still just be the one central being.

MIKE AUSTIN: Liệu người tạo thành các hóa thân ấy có đồng thời nhận biết được mọi việc đang xảy ra đối với 100 hóa thân kia hay không?

ĐẠT-LAI LẠT-MA: Ở đây có nhiều cấp độ. Đối với những vị chứng ngộ ở quả vị thấp hơn thì họ nhất thiết phải điều khiển từng hóa thân riêng biệt. Đối với những vị chứng ngộ ở quả vị cao hơn thì những hóa thân của họ có thể tự hoạt động. Yếu tính ứng tác và hoạt dụng tùy ý có liên quan ở đây. Đó là sự khác nhau ở chỗ sự điều khiển các hóa thân nằm ở đâu. Khi một vị giác ngộ có thể tùy cơ hóa hiện nhiều hóa thân tùy ý, thì mỗi hóa thân đều sẽ tự hoạt động.

MIKE AUSTIN: Liệu mỗi hóa thân ấy có đồng thời nhận biết bản ngã của chính mình cũng như sự hiện hữu của mình như một hóa thân?

ĐẠT-LAI LẠT-MA: Có. Có những trường hợp mà trong 100 hóa thân, mỗi thân đều biết các thân khác đang làm gì. Đối với một vị Phật hay Bồ Tát thì điều này chắc chắn là đúng. Nhưng điều này rất khó giải thích. Chỉ đến khi mỗi người tự thân chứng mới có thể hiểu được, bằng không thì người ta có thể nghĩ rằng đây chỉ là những lời vô nghĩa. Giống như là chuyện khoa học giả tưởng hay sự tưởng tượng trong tôn giáo. (cười)

MIKE AUSTIN: Ngài cảm nhận hệ thống các vị Chu-cô1 như ở Tây Tạng là xác thực đến mức nào? Có bao nhiêu vị Lạt-ma tái sinh được phát hiện trong quá khứ mà ngài cho là chân xác?

MIKE AUSTIN: Would the central emanator be simultaneously cognizant of everything occurring to the one hundred manifestations?

DALAI LAMA: There are different levels here. For those of lower realization, it would be necessary for the central emanator to control each one separately. For those of higher realization, the emanations can control themselves. The factor of spontaneity and acting without exertion is involved here. It is the difference in where the control is. When one can spontaneously emanate forms without exertion, then each of the emanations is under his or her own control.

MIKE AUSTIN: Is such a person simultaneously aware of its own self as well as its existence as an emanation?

DALAI LAMA: Yes. There are cases in which among one hundred emanations, each one knows what the other ones are doing. Certainly for a Buddha or a high Bodhisattva, this is true. But this is difficult to explain. Until one experiences it oneself, one might think that this was just talking about something that was senseless. Something like science fiction or religious fiction (laughter).

MIKE AUSTIN: To what degree do you feel the tulku system as it existed in Tibet was accurate? How many incarnate lamas discovered in the past do you think were genuine?

ĐẠT-LAI LẠT-MA: Ồ! Điều ấy rất khó. Có hai điều rất quan trọng trong việc này. Một là việc khảo sát vị Chu-cô phải được thực hiện rất toàn diện. Việc khảo sát hay tìm hiểu này rất dễ bị thực hiện một cách không thích hợp. Thứ hai, chúng ta phải thấy được cung cách sống của vị Chu-cô đó như thế nào. Chúng ta cũng phải đánh giá sự việc qua điều đó. Mục tiêu đích thật của sự tự nguyện tái sinh là tạo ra được kết quả tốt đẹp nào đó. Nếu không có kết quả tốt đẹp, thì đó là điều đáng ngờ. Vị tái sinh sẽ sinh trở lại cuộc đời với sự chọn lựa có chủ ý, với mục đích kiên định là phụng sự chúng sinh qua phương tiện tôn giáo hoặc các phương tiện khác. Dù sao cũng phải có một kết quả cụ thể nào đó. Với một số trường hợp không có kết quả tốt, tôi nghi ngờ. Vì thế tôi cho rằng khả năng xác thực là năm mươi phần trăm. Có thể là tôi đã có phần chủ quan khi nói ra điều này.

MIKE AUSTIN: Tôi biết là thật khó khái quát hóa vấn đề. Việc phát hiện các vị tái sinh được tiến hành như thế nào từ khi ngài sống lưu vong?

ĐẠT-LAI LẠT-MA: Vẫn còn một số ít vị đang được nhận diện. Một số vị đã hoàn toàn xác thực. Chủ yếu là căn cứ vào cách ứng xử riêng của đứa trẻ: cho thấy những dấu hiệu rất đặc biệt.

MIKE AUSTIN: Tất nhiên là có sự giảm thiểu số lượng, phải vậy không?

ĐẠT-LAI LẠT-MA: Giảm rất nhiều! Bạn thấy đấy, dân số trước đây là 6 triệu người. Nay chỉ còn có 100.000. Nếu bạn so sánh, tôi nghĩ là đã thấy giảm

DALAI LAMA: Oh, that is difficult. There are two things that are very important in this. One is that examining the tulku should be done very thoroughly. It's very easy for this examination or investigation not to be done properly. Secondly, we have got to see how the tulku leads his life. We have to judge by that also. The very purpose of voluntarily reincarnating is to produce some good result. Without that good result, then it is doubtful. The reincarnation takes rebirth with choice, intentionally, deliberately, with the definite purpose of serving humanity through religious or other means. Anyway, there must be some concrete result. In some cases where there is not this result, then I am doubtful. So I think fifty - fifty. It might be a little presumptuous on my part to say this.

MIKE AUSTIN: I know it's hard to generalize. How has it worked since you have come into exile in terms of discovering incarnations?

DALAI LAMA: There are still a few who are being recognized. Some are quite authentic. Mainly it is the child's own behaviour: showing some significant signs.

MIKE AUSTIN: It's had, of course, to decrease in number, is that right?

DALAI LAMA: Quite a lot! In the past you see, there was a population of six million. Now there is only one hundred thousand. If you compare, I think

đi rất nhiều. (cười) Chúng ta cũng có một số vị Lạt-ma người Mỹ. (cười)

MIKE AUSTIN: Điều ấy có nghĩa là gì?

ĐẠT-LAI LẠT-MA: Vâng. Tôi nghĩ ít nhất đã có hai người Mỹ được công nhận là Lạt-ma Tây Tạng

MIKE AUSTIN: Ngài có thể nói đôi điều về họ?

ĐẠT-LAI LẠT-MA: Tôi chẳng biết gì nhiều.

MIKE AUSTIN: Tiến trình công nhận được áp dụng cho hai trường hợp này như thế nào? Cùng một phương pháp chăng?

ĐẠT-LAI LẠT-MA: Có thể là bọn họ đã tự thẩm định việc ấy. Tôi không biết chi tiết.

MIKE AUSTIN: Ngài không đích thân chuẩn nhận họ sao?

ĐẠT-LAI LẠT-MA: Tôi chẳng liên quan gì đến việc này cả.

MIKE AUSTIN: Tôi muốn đưa ra một trường hợp tương tự với những điều ngài vừa nói về một vị giác ngộ có vô số hóa thân. Giả sử có 100 tỉ tỉ tế bào trong thân người. Mỗi tế bào thực hiện các chức năng như thể biểu hiện rằng nó có một tâm thức riêng biệt. Dù vậy tất cả đều nằm dưới sự kiểm soát của cùng một cơ thể. Liệu tất cả những sinh thể này có thể được xem là như nhau, như là các phần của một cơ thể? Nói cách khác, như là các phần hoặc là các hóa thân của một cơ thể duy nhất?

it has decreased quite a lot (laughter). We have some American lamas, also (laughter).

MIKE AUSTIN: What do you mean?

DALAI LAMA: Yes. At least two, I think, recognized as Tibetan lamas.

MIKE AUSTIN: Can you say a little bit about them?

DALAI LAMA: I don't know much.

MIKE AUSTIN: How can the certification process be applied to them? In the same way?

DALAI LAMA: Maybe they themselves investigate it. I don't know the details.

MIKE AUSTIN: You, yourself, don't approve them?

DALAI LAMA: I have nothing to do with this.

MIKE AUSTIN: I'd like to draw a parallel to what you were saying about one being emanating numerous forms. There are supposed to be about 100 trillion cells in the human body. Each cell performs functions that seem to indicate it has an individual consciousness. Yet they are all under the control of the same body. Could all sentient beings be related in a like manner, as parts of one organism? In other words, as components or emanations of a single body?

ĐẠT-LAI LẠT-MA: Mọi chúng sinh đều có chung một trải nghiệm - trong ý nghĩa chúng sinh cùng dạng - trong đó bản chất tâm thức của họ chỉ là sự chiếu tri. Ngoài ra, họ không có sự liên kết với nhau. Nếu bạn giả định rằng có nhiều chúng sinh sinh ra từ một nguồn như Thượng đế, thì câu trả lời là không.

MIKE AUSTIN: Ngài thấy rằng họ độc lập với nhau?

ĐẠT-LAI LẠT-MA: Đúng vậy. Họ tách biệt với nhau. Ngay cả khi được giác ngộ, họ vẫn là tách biệt, dù sự chứng ngộ của họ là giống nhau.

MIKE AUSTIN: Ngài nghĩ gì về bản chất tâm thức của 100 tỉ tỉ tế bào?

ĐẠT-LAI LẠT-MA: Không phải là có một thức thân bao quát hết chúng đó sao? Chẳng hạn, nơi mà nhãn quan hiện hữu, ngay trong phạm vi vật thể, nhãn thức duy trì hoặc bao quát cả phạm vi đó. Cùng lúc đó, thức thân cũng hoạt dụng như vậy. Thức thân biến hành khắp thân thể.

MIKE AUSTIN: Trong mỗi tế bào của con người này, như chúng ta đã thảo luận trước đây, có hàng ngàn gene, là những phần nhỏ mang mã số hóa học quyết định tính chất của toàn bộ cơ thể cũng như những chức năng riêng biệt của tế bào chứa nó. Ngay trong mỗi tế bào đã bao hàm mã số hoàn chỉnh về toàn bộ con người, nhưng chỉ có một gene được kích hoạt để tạo ra dạng thể cần thiết cho vai trò của

DALAI LAMA: All sentient beings are of the same taste - in the sense of being the same type - in that the nature of their consciousness is mere illumination and knowing. Otherwise, they are not connected. If you suppose that many sentient beings come out of one source like a God, the answer is no.

MIKE AUSTIN: You feel that they are independent of one another?

DALAI LAMA: Yes. They are separate. Even when they are enlightened, they remain separate though their realization is the same.

MIKE AUSTIN: What do you think is the nature of the consciousness of the 100 trillion cells?

DALAI LAMA: Wouldn't there be a body consciousness pervading them throughout? For instance, where the eye sense is, within that matter, the eye consciousness holds or occupies that area. At the same time so does the body consciousness. The body consciousness pervades throughout the body.

MIKE AUSTIN: In each of these human cells, as we discussed before, there are thousands of genes, little pieces of chemical code that determine the nature of the whole body as well as the particular function of the cell they inhabit. Now within each cell the complete code for the whole human being is contained, yet only one gene is activated to produce

nó, chẳng hạn như móng chân, con mắt, hay tế bào ngón tay. Ngài cho rằng cái gì đã quyết định thực tế là chính gene cần thiết mới được kích hoạt mà không phải gene nào khác?

ĐẠT-LAI LẠT-MA: Đây là một chức năng vật lí. Chính là cơ thể, không phải tâm thức. Sự việc được kiểm soát bởi tâm thức, nhưng cơ thể thực hiện chức năng đó.

MIKE AUSTIN: Trước đây ngài có nói rằng tâm thức, và vì thế là chúng sinh, là không có điểm khởi đầu (vô thủy). Vậy thì trí nhớ của một chúng sinh có thể đi ngược lại đến mức nào trong quá khứ? Vô tận chăng?

ĐẠT-LAI LẠT-MA: Đối với những người không tu tập, khi tâm thức càng trở nên vi tế - như vào lúc chết - họ càng trở nên ít tỉnh thức hơn. Tuy nhiên, đối với người có sự tu tập để vận dụng tâm thức, họ lại càng có sự tỉnh giác lớn hơn và kí ức lớn hơn khi những trạng thái vi tế hơn được thể hiện. Trong số những người tôi biết, có những vị khi tâm thức vi tế hơn hiện hành thì họ rõ ràng là có thể nhớ lại đến bảy, tám trăm hoặc cả ngàn năm trước bằng tâm thức ấy.

MIKE AUSTIN: Trí nhớ ấy có thể nhớ lại được bao xa? Vô hạn chăng?

ĐẠT-LAI LẠT-MA: Để nhớ ngược về một quãng thời gian rất dài, chỉ tạo ra và vận dụng tâm thức vi tế thôi chưa đủ. Với thời gian lâu xa, rất lâu xa,

the required form for its position, such as a toenail or eye or finger cell. What determines, do you think, the fact that the exact gene is activated and no other?

DALAI LAMA: This is a physical function. It's body, not consciousness. It's held by consciousness, but the body performs the action.

MIKE AUSTIN: Before you stated that the mind and hence, beings, are beginningless. How far back then, does the memory of a sentient being go? Endlessly?

DALAI LAMA: For people who are untrained, the more one's consciousness becomes subtle - such as at death - the more one becomes less aware. For one who is trained to utilize these consciousnesses, however, one has much greater awareness and much greater memory as the subtler states manifest. Among some people that I know, when a more subtle consciousness is produced, they are clearly able to remember seven, eight hundred, a thousand years back - with that consciousness.

MIKE AUSTIN: How far does the memory go back? Infinitely?

DALAI LAMA: To go back a very long period of time, it is not sufficient merely to generate and utilize a subtle form of consciousness. For times way, way

cần thiết phải loại bỏ mọi chướng ngại dẫn đến sự toàn tri (nhất thiết trí). Tôi muốn nói đến sự cảm nhận rất siêu việt với những đối tượng rất xa trong thời gian và không gian. Chẳng hạn, dù đã có được năng lực đại thần thông nhưng ngài Xá-lợi-phất vẫn không biết rõ được những căn cơ rất vi tế của một đệ tử nào đó, nhưng đức Phật thì biết được.

Mẹ của ngài Mục-kiền-liên đang ở một nơi rất xa xôi về cả thời gian và không gian và ngài không biết bà ở đâu, nhưng đức Phật biết. Vì đối tượng có thể cảm nhận một cách siêu việt về thời gian và không gian, nên sự thể hiện của tâm thức vi tế là chưa đủ. Hành giả còn phải vượt qua những chướng ngại đối với nhất thiết trí nữa.

MIKE AUSTIN: Có phải ngài muốn nói rằng khi những chướng ngại này được vượt qua, thì cả không gian và thời gian đều được loại trừ - rằng sự hiểu biết về những sự kiện ở khắp nơi trong vũ trụ, trong quá khứ, hiện tại và tương lai đều đồng thời xuất hiện?

ĐẠT-LAI LẠT-MA: Thời gian và không gian đều là tương đối. Chúng là tương đối so với từng tâm thức cụ thể. Khoảng thời gian đối với chúng ta là một năm, thì đối với một người có tâm thức vi tế hơn có thể chỉ là một khoảng thời gian ngắn hơn. Cũng vậy, một người khi đạt được năng lực thiền định đẳng trì có thể chuyển hóa hay thay đổi một sát-na thành một kiếp hoặc một kiếp thành một sát-na, nghĩa là, chỉ riêng đối với người ấy thôi.

back, it is necessary to remove all the obstructions to omniscience. I am referring to super, super sensory objects far off in time and place. For instance, even though he had great clairvoyance, Shariputra did not know about a very subtle root of virtue that was in a particular trainee, but Buddha did.

Maudgalyayana's mother was in an extremely distant place in space and time and he didn't know where she was, but Buddha did. Since objects can be super, super sensory in respect to time or place, it is not enough just to manifest a subtle consciousness. One has to overcome the obstructions to omniscience, too.

MIKE AUSTIN: Are you saying that when those obstructions are overcome, both space and time are eliminated - that the knowledge of events everywhere in the universe; past, present, and future is simultaneous with their occurrence?

DALAI LAMA: Time and space are relative. They are relative to a particular consciousness. What for us would be a year, for someone who has manifested a subtler consciousness, would be a shorter period of time. Also, it is possible for a person who has obtained great meditative stabilization to transform or change a moment into an aeon or an aeon into a moment - that is, for himself or herself only.

MIKE AUSTIN: Kí ức được lưu giữ ở đâu?

ĐẠT-LAI LẠT-MA: Không chỉ là trong não bộ. Vào những quãng thời gian như chúng ta đang thảo luận, không cần thiết phải có một bộ não. Chỉ riêng tâm thức có thể hiểu được những sự kiện trong quá khứ. Nhưng phải là với tâm thức vi tế. Chẳng hạn, khi tâm thức vi tế cực quang hiển lộ vào lúc lâm chung, bộ não đã hoàn toàn dừng lại. Xét về sự nhận biết của nó, đây được gọi là thức; và xét về sự kết hợp hay chuyển động hướng đến đối tượng của nó, đây được gọi là luồng nội khí hay năng lực bên trong. Tâm thức và luồng nội khí bên trong rất vi tế này là một thực thể bất khả phân. Chúng là một thực thể được phân chia chỉ trong tư tưởng hoặc bởi những đối tượng ngược lại.

MIKE AUSTIN: Trong luồng năng lực - tâm thức này còn có những vết tích hoặc dấu ấn trong đó còn lưu lại mọi kí ức không? Phải chăng chính thời điểm này cũng đang được ghi lại vào đó?

ĐẠT-LAI LẠT-MA: Đúng vậy. Nếu bạn nhớ lại được kiếp trước của mình, thì bộ não của kiếp trước đã không còn nữa, và bộ não hiện nay chỉ mới hình thành, phải không? Thế nên các hình ảnh chỉ có thể được ghi lại trong tâm thức. Điều này tương tự như những gì mà vị hiệu trưởng của trường Đại học Virginia đã mô tả với tôi về sự thay đổi hoàn toàn các tế bào não trong chu kỳ nhiều năm.

MIKE AUSTIN: Năng lượng - tâm thức vi tế nhất này, phải chăng chính là cái tạo ra sự tách biệt

MIKE AUSTIN: Where is memory stored?

DALAI LAMA: It is not just in the brain. At such times as we are discussing, it is not necessary to have a brain. Consciousness alone can apprehend the past events. It must be with the subtle consciousness. For example, when the subtle mind of clear light manifests at death, the brain is already finished. From the point of view of its cognition, it's called consciousness, and from the point of view of its engaging, or moving to its object, it's called inner air or energy. The very subtle air and consciousness are one undifferentiable entity. They are one entity differentiated only for thought or by way of their opposites.

MIKE AUSTIN: Within this energy - consciousness are there traces or imprints which contain all the memories? Is this very moment being imprinted onto that?

DALAI LAMA: Yes. If you remember your last lifetime, the brain of that lifetime is no longer around, and this brain is new, right? So the picture can only be imprinted in the consciousness. This is similar to what the president of the University of Virginia described to me concerning the complete change of brain cells every several years.

MIKE AUSTIN: This most subtle consciousness - energy, is that what defines a sentient being as

của mỗi một chúng sinh? Có phải chăng đây là điểm phân biệt căn bản nhất giữa người này và người khác?

ĐẠT-LAI LẠT-MA: Có một "cái tôi" đơn thuần được biểu hiện tùy thuộc vào sự tương tục của tâm thức. Có hai loại "cái tôi" hay bản ngã: một thô trọng hơn và một vi tế hơn. Có một "cái tôi" được biểu hiện tùy thuộc vào thân và tâm thô trọng, và có một "cái tôi" được biểu hiện tùy thuộc vào tâm thức vi tế và năng lực. Khi cái này hiện hành, thì cái kia không có.

MIKE AUSTIN: Có phải tâm thức liên quan đến luồng năng lực vi tế nhất vốn không có điểm khởi đầu, hay nó là công năng thứ yếu của luồng tâm thức -năng lực được quy về cho chính nó?

ĐẠT-LAI LẠT-MA: Năng lực và tâm thức vi tế và năng lực nội tại chính là nền tảng để thể hiện "cái tôi" vi tế. Khi bạn nói về sự thể hiện "cái tôi" trong năng lực của tâm này, người tạo tác không cần thiết phải thực sự có ở trong đó. Có người đã đặt câu hỏi với một vị Geshe1 lỗi lạc. Anh ta hỏi rằng nếu có người ở trong nhà, nhìn vào cây cột, thì cây cột ấy được xem là tồn tại qua ý tưởng, và anh ta có thể hiểu được điều đó, nhưng khi không có ai trong nhà, làm sao cây cột ấy hiển thị ra được?

Vị Geshe đáp rằng: "Đúng vậy, dường như khó thật." Rồi ngay khi người ấy rời đi, vị Geshe quay sang người bạn bên cạnh và nói: "Này, người này dường như nghĩ rằng một tâm thức biểu hiện phải

separate? Is this the ultimate demarcation point between one person and another?

DALAI LAMA: There is a mere "I" which is designated in dependence upon the continuum of consciousness. There are two types of "I" or self: coarser and more subtle. There is the "I" which is designated on the gross mind and body and that which is designated on the subtle mind and energy. When the one is active, the other is not.

MIKE AUSTIN: Is the mind involved with the most subtle energy that which is beginningless, or is it a secondary function of the energy - consciousness imputed back on itself?

DALAI LAMA: The very subtle mind and energy is the base of designation for the subtle "I." When you speak of designating the "I" to this energy mind, it's not necessary that the designator actually be among them. Someone once asked a question of a great geshay. He said that if a person was in a house looking at a pillar, that pillar could be designated to exist by thought, and he could understand that, but when no one was in the house, how could the pillar be designated?

So the geshay said, "Yes, it does seem difficult." Now, as soon as the questioner left, the geshay turned to a friend nearby and said, "Well, this person seems to think that a designating consciousness has

được bao quanh và gắn chặt với mọi đối tượng." Bởi vậy, bạn thấy đó, điều này có nghĩa như vậy. Sự kiện một đối tượng thể hiện không thể xác lập tồn tại tuyệt đối khi tìm kiếm qua phân tích có nghĩa là đối tượng đó nhất thiết chỉ được thể hiện qua ý niệm trong tâm thức. Khi bạn khảo sát xem nó được thể hiện do ý thức của người này hay người kia, rốt cùng bạn không thể tìm thấy ở đâu cả. Điều này được xem như là một kiểu phân tích tột cùng một thực thể nào đó đang biểu hiện qua khái niệm. Bạn không thể tìm được nó. Như vậy, việc những vật thể hiện hữu qua ý niệm cũng là không có sự tồn tại tự hữu. Đó cũng là không.

MIKE AUSTIN: Tôi không chắc là đã hiểu được. Có phải "cái tôi" chính là tâm thức vi tế?

ĐẠT-LAI LẠT-MA: Cái "tôi" thô động được thể hiện nhờ vào thân và tâm thô trọng. Nhưng ngay cả khi thân tâm ấy không hoạt động, thì vẫn có "cái tôi" biểu hiện. Có nghĩa là biểu hiện đối với thân và tâm vi tế đang hiện hữu. Chẳng hạn, một hành giả Du-già bậc cao có thể biểu hiện tâm thức vi tế hơn, và cùng một lúc quán sát được các hiện tượng thông thườn. Đối với vị ấy có một bản năng tự nhiên về "cái tôi" - không phải trong "cái tôi" thô trọng, mà là một "cái tôi" vi tế hơn được thể hiện qua tâm và thân vi tế. Chẳng có gì khác để mặc nhiên thừa nhận. Nếu tâm thức rất vi tế hoặc là luồng năng lượng được mặc nhiên thừa nhận như là chính "cái tôi", hẳn phải có sai lầm như đã được nêu ra trong Căn bản trung

to be wrapped around and tied up with every object." So you see, it means this. The fact that a designated object cannot be found to ultimately exist when sought in analysis, means that necessarily the object is just designated by a conceptual consciousness. Now, when you examine whether it is designated by this or that person's conceptual consciousness, ultimately you won't find that either. This constitutes a mode of ultimate analysis of something's being conceptually designated. You won't be able to find it. Thus, that things are conceptually designated is also without inherent existence. It's also empty.

MIKE AUSTIN: I'm not sure I understand. Is the "I" the subtle mind?

DALAI LAMA: The coarse "I" is designated in dependence on the coarse mind and body. But even when they are not operating, there has to be an "I" designated. That is then designated to the subtle mind and body which are then present. For instance, a highly developed yogi who is able to manifest a subtler consciousness and at the same time view conventional phenomena, for that person there is an innate sense of "I" - not in the coarser sense, but in a far more subtle sense designated upon the subtle mind and body. There is nothing else to posit. If either the very subtle mind or energy were posited as the "I," itself, then there would be the fault that is set forth in Nagarjuna's Treatise On

quán luận tụng của ngài Long Thụ, rằng người thực hiện và đối tượng là một, cái biểu hiện và sự biểu hiện, người chiếm hữu và vật bị chiếm hữu.

Chẳng hạn, khi bạn nói "tâm tôi", người điều khiển hay chủ nhân là "cái tôi". Trong trường hợp bạn đang miêu tả, người làm chủ và đối tượng của sự làm chủ sẽ là một - điều ấy không thể được. Nếu bạn mặc nhiên thừa nhận một trong những điều này thực sự là "cái tôi" thì sẽ mắc phải sai lầm này. Do vậy, điều ấy không đúng.

MIKE AUSTIN: Điều gì sẽ xảy ra trong tâm thức - luồng nội lực vi tế nhất khi một người được giác ngộ?

ĐẠT-LAI LẠT-MA: Cái "tôi" của một vị Phật, bản ngã của một vị Phật, là "cái tôi" vi tế này. Ở quả vị Phật sẽ không còn luồng nội khí và tâm thô trọng. Hoạt dụng của cả năm giác quan đều được tự thực hiện bởi luồng nội lực và tâm vi tế. Bởi vì đó có nghĩa là tất cả đồng thời hiện hữu. Đó là tâm thức toàn tri (nhất thiết trí). Thế nên, vào thời điểm tột cùng của Kim cang dụ định mà hành giả đạt được trong tiến trình hướng đến bốn chuyển thức,1 và như vậy nên chỉ có cực quang tâm thức là còn lại; hành giả không còn tái hiện trở lại mức độ thô trọng của tâm thức nữa. Như vậy, chỉ có cái "tôi" vi tế được thể hiện trong tâm thức vi tế. Chẳng hạn, đức Phật Thích-ca Mâu-ni thị hiện qua thân tướng thô trọng để chúng ta có thể tiếp xúc được, đối với ngài bạn có thể thừa nhận một "cái tôi" thô trọng, nhưng đó chỉ là hiện tướng của tâm vi tế kia.

The Middle Way, that agent and object would be one, designator and designates, the appropriator and the appropriated.

For instance, when you say, "my mind," the controller or the owner is the "I." In the case you are describing, the owner and owned would be one - impossible. If you posited one of those as actually being the "I," this fault would be incurred. Because of this, it's not the case.

MIKE AUSTIN: What happens to the most subtle energy-mind, when a being becomes enlightened?

DALAI LAMA: The "I" of a Buddha, the self of a Buddha, is this subtle "I." At the level of Buddhahood there is no coarse wind and mind. All of the five sense activities are done by the subtle energy and consciousness itself. Because that is all there is. It has become an omniscient consciousness. So at the time of the final vajra - like meditative stabilization of a learner one passes through in the forward process the four consciousnesses and then just the mind of clear light is left; one doesn't manifest ever again the coarser levels of consciousness. Thus, there would only be the subtle "I" which is designated on the subtlest mind. For instance, for Shakyamuni Buddha, who appeared with a coarse mind and body that we could meet with, for him you could posit a coarse "I" but just the appearance of such.

MIKE AUSTIN: Tôi xin hỏi ngài vài điều về tiến trình của ký ức. Khi phôi người phát triển, nó trải qua tất cả những giai đoạn tiến hóa từ loài cá đến động vật có vú, v.v... Theo ngài, tại sao phải lập lại mọi tiến trình như vậy?

ĐẠT-LAI LẠT-MA: Do năm thành tố căn bản và năm luồng nội khí hoặc nội lực hiện hành đang chi phối thể trạng con người. Phải có điều gì đó tác động đến sự hình thành thực sự của những luồng nội khí này trong thân mới, nhưng tôi không biết rõ điều này.

MIKE AUSTIN: Và ký ức từ những phần tạo tác trong quá khứ có sẵn trong mỗi dòng nội khí đang luân lưu khi chúng tạo ra hình thể vật chất?

ĐẠT-LAI LẠT-MA: Luồng nội khí rất vi tế này chỉ cho dạng rất vi tế của luồng gió sinh động nâng đỡ thể chất. Luồng khí đi lên - tức gió chuyển động, có sự liên hệ với giọng nói, nước bọt, và những thứ khác. Luồng gió hiện hữu khắp nơi có tác dụng trên toàn thân thể. Yếu tố lửa - cùng với yếu tố gió, có tác dụng tiêu hóa thực phẩm và làm tăng trưởng các thành tố khác trong cơ thể. Luồng nội khí hướng xuống dưới - luồng gió bài tiết có tác dụng đối với sự tăng trưởng, duy trì và vận hành tinh dịch, máu huyết, phân, nước tiểu, v.v...Tôi nhớ không hết chi tiết điều này.

98

MIKE AUSTIN: Let me just ask you something else about the process of memory. When the human embryo develops, it goes through all the stages of evolution; fish, mammal, etc., that have led to human beings. Why do you think it has to repeat every stage?

DALAI LAMA: It is due to the five fundamental and five secondary winds or currents of energy which control the human form. It must have something to do with the actual formation of these winds in the new body, but I do not know this well.

MIKE AUSTIN: And the memory of those past creations is inherent in each of these energy currents as they produce the physical forms?

DALAI LAMA: The very subtle wind refers to the very subtle form of the life bearing wind. The upwards - moving wind has a relation with speech, spitting, and so forth. The pervasive wind has a function throughout the body. The fire - accompanying wind has the function of digestion of food and increase of the body's elements. The downwards - voiding wind has to do with the increase, holding and letting go of seminal fluid, blood, faeces, urine, and so forth. I haven't remembered this well so take care.

Tánh Không: NHỊ ĐẾ

MIKE AUSTIN: Xin ngài giải thích tại sao đạo Phật tin rằng tâm thức bị mê lầm; tại sao chúng ta có vô minh từ vô thủy?

ĐẠT-LAI LẠT-MA: Có nhiều dạng mê lầm khác nhau. Theo một cách giải thích thì có hai dạng. Thứ nhất là mê lầm do không biết. Thứ hai là do hiểu sai. Nếu bạn hỏi từ đâu mà sự mê lầm của tâm thức sinh khởi, thì nó sinh khởi từ sự tương tục trong một sát-na trước của sự mê lầm. Nếu bạn tìm kiếm một giải thích khác, thì hẳn là phải có sát-na đầu tiên của sự mê lầm. Trong trường hợp này, có lẽ sẽ có mâu thuẫn với lý luận. Như được trình bày trong Tứ bách luận1 của ngài Thánh Thiên:2 "Dù không có chỗ khởi đầu của phiền não, nhưng có chỗ kết thúc." Vì tâm thức vô minh nhận lầm mọi sự việc, nên có sự chấm dứt việc mê lầm ấy. Những mê lầm ấy có thể được dừng lại bằng sự thấy biết chân chính (chánh kiến), nhưng vì chúng phát huy tương tục từ sát-na trước của dạng tâm thức mê lầm ấy, nên không có chỗ khởi đầu đối với chúng.

MIKE AUSTIN: Tại sao tâm thức không tự nhiên được giác ngộ?

ĐẠT-LAI LẠT-MA: Một khi tâm có những nhiễm ô - nghĩa là hiện hữu cùng với những nhiễm ô - không thể có được dù chỉ một lần không có nhiễm ô. Nhưng, vì thực thể của tâm là luôn chân thực và

Emptiness: The Two Truths

MIKE AUSTIN: Can you explain why Buddhists believe the mind is obscured; why we have been beginninglessly ignorant?

DALAI LAMA: There are different types of obscurations. In one way, there are two. The first is an obscuration of not knowing. The second is a case of misconceiving. If you ask from what an obscuration arises, it comes from the continuation of former moments of obscuration. If you seek another explanation, then there would have to be a first moment to obscuration. In this case there would be a contradiction with reasoning. As it says in Aryadeva's Four Hundred, "Though there is no beginning to afflictive emotions, there is an end." Because ignorant consciousnesses misconceive objects, there is an end to them. They can be stopped by right understanding, but since they are generated as continuations of former moments of that type of consciousness, there is no beginning to them.

MIKE AUSTIN: Why is the mind not inherently enlightened?

DALAI LAMA: Once it has defilements - is together with defilements - it can't be that it was once without them. Still, because the basic entity of the mind is always unfabricated and clear, it is indeed

trong sáng, tâm thực sự hoàn toàn thuần thiện. Do vậy, tâm được gọi là Phổ Hiền.1 Sẽ có mâu thuẫn về mặt lý luận nếu cho rằng ban sơ tâm vốn thanh tịnh rồi sau đó trở nên bị nhiễm ô một cách ngẫu nhiên. Do vậy, có thể nói rằng từ khởi thủy, tâm thức vốn đã bị nhiễm ô.

MIKE AUSTIN: Tại sao bản chất giác ngộ chỉ là hạt giống? Tại sao nó không được phát triển hoàn toàn?

ĐẠT-LAI LẠT-MA: Vì nó là hạt giống, quả của nó chưa hình thành. Thực tế là mọi tâm thức đều được an lập như có sẵn một bản tính chiếu tri, và yếu tố đó có khả năng chuyển tâm thức thành tâm giác ngộ nên gọi là "hạt giống". Chẳng có gì hơn thế nữa. Nếu có, thì bạn sẽ cho rằng có một Thượng đế đã tạo ra nó. Rồi bạn sẽ phải tìm kiếm bản chất của Thượng đế; khảo sát xem bản chất của Thượng đế có chỗ khởi đầu và kết thúc hay không.

Có rất nhiều sự tìm kiếm như vậy trong chương 9 cuốn Nhập Bồ Tát hạnh của Tịch Thiên cũng như trong Lượng thích luận, tác phẩm của ngài Pháp Xứng, chú thích luận giải của ngài Trần-na. Tôi không có ý phê phán những ai chấp nhận một đấng sáng thế. Tôi chỉ giải thích theo tinh thần đạo Phật. Nếu có những mâu thuẫn nội tại trong một học thuyết, được bộc lộ qua lý luận, thì người ta nên từ bỏ học thuyết ấy và chọn một học thuyết không có sự thiếu nhất quán như vậy. Như đã được trình bày trong điều thứ tư của Tứ y, không y cứ vào thức mà

thoroughly good. Therefore, it is called thoroughly good: Samantabhadra. It would contradict reasoning to propound that the mind is first pure and then later became adventitiously defiled. Thus, it can only be said that from the very start the mind is defiled.

MIKE AUSTIN: Why is the enlightened nature just a seed? Why is it not thoroughly developed?

DALAI LAMA: Because it is a seed its fruition is yet to occur. The fact that any consciousness is established as having a nature of mere illumination and knowing, and that that factor is capable of turning into enlightenment is designated with the name, 'seed'. There is nothing more than that. If there was, you'd have to say that a God created it. Then you would have to explore the nature of God: investigate whether the nature of God had a beginning or end.

There are many such investigations in the ninth chapter of Shantideva's Engaging in the Bodhisattva's Deeds as well as Dharmakirti's Commentary on Dignaga's "Compendium on Valid Cognition." I am not criticizing those who assert a creator God. I am explaining the Buddhist viewpoint. If there are many internal contradictions in a doctrine, revealed by reasoning, then one should drop that doctrine and choose one which doesn't have such discrepancies. As it says in the fourth reliance, rely

y cứ vào trí tuệ siêu việt. Có nhiều hiện tượng vốn không thể nhận hiểu được cho đến khi nào hành giả có được sự phát triển tâm thức đến cao độ. Có rất nhiều hiện tượng kỳ dị mà ngay bây giờ chúng ta không thể giải thích với dạng tâm thức này.

MIKE AUSTIN: Xin ngài giải thích bằng cách nào mà các tâm sở phiền não khác phát sinh, hoặc cách chúng lưu xuất từ căn bản vô minh?

ĐẠT-LAI LẠT-MA: Như tôi đã trình bày, có hai loại mê tối. Thứ nhất là mê lầm về trạng thái của các hiện tượng. Thứ hai là nhận thức lầm về bản chất các hiện tượng. Dạng vô minh thứ hai là nhận rằng các hiện tượng tồn tại trên cơ sở tự tính, trong khi vốn không phải như vậy. Trong nhận thức sai lầm về tồn tại trên cơ sở tự tính, lại có hai dạng: nhận thức sai lầm về con người tồn tại trên cơ sở tự tính và nhận thức sai lầm về các hiện tượng tồn tại trên cơ sở tự tính. Sự phân chia này được tạo ra do cách thức quan tâm của người sử dụng các đối tượng và đối tượng được sử dụng.

Trong ý niệm con người là tồn tại trên cơ sở tự tính, có những trường hợp nhận thức rằng cả cái ngã của chính mình và cái ngã của người khác đều thực sự tồn tại. Quan niệm hợp thể giả tạm của thân và tâm là một "cái tôi" có thực chính là cách nhìn "bản ngã" tồn tại trên cơ sở tự tính.

Với quan niệm này, lại có hai dạng khác nữa. Một là quan niệm do quan sát cái hợp thể giả tạm của thân và tâm mà sinh khởi lên ý tưởng về "cái

not on knowledge but on exalted wisdom. There are many phenomena which are not understood until one advances in mental development. There are many unusual phenomena which we cannot explain now with this type of consciousness.

MIKE AUSTIN: Can you explain how the other mental afflictions stem, or come out of innate ignorance?

DALAI LAMA: As I said, there are two types of ignorance. The first is a mere obscuration with respect to the status of phenomena. The other is ignorance which misconceives the nature of phenomena. The latter one conceives that phenomena inherently exist, which they don't. Within this misconception of inherent existence, there are again two types: conceptions of persons as inherently existent and conceptions of other phenomena as also such. This division is made by way of a consideration of users of objects and objects used.

Within the conception of persons as inherently existent, there are cases of conceiving both one's own self and other selves to truly exist. Viewing the transitory collection of body and mind as a real "I" is a case of viewing your own self as inherently existent.

With respect to this view, there are two further types. One is a conception that observes the transitory collection which gives rise to the thought

tôi" và nhận nó là tồn tại trên cơ sở tự tính. Hai là do quan sát những "cái của tôi" và nhận nó là tồn tại trên cơ sở tự tính.

Bây giờ, trước hết, người ta phát khởi ý niệm về tồn tại trên cơ sở tự tính của các hiện tượng - tâm và hợp thể các sắc pháp - được xem như là nền tảng thể hiện "cái tôi" . Sau ý tưởng đó, "cái tôi" được thể hiện nhờ vào thân và tâm lại được nhận thức là tồn tại theo cách riêng của nó. Thế thì, với quan niệm về tính giả hợp như là nguyên nhân, người ta nhận thức rằng "cái của tôi" là tồn tại trên cơ sở tự tính.

Như ngài Nguyệt Xứng nói: "Ban đầu có sự chấp trước vào cái tôi - bản ngã - và sau đó là bám víu vào cái của tôi." Một khi đã có sự phân loại về chính mình, thì sẽ có sự phân loại về kẻ khác. Khi hai sự phân loại này được phân định, thì người ta trở nên đắm chấp vào dạng thuộc riêng mình và không thích dạng hướng về kẻ khác. Từ đây, phát sinh toàn bộ các vấn đề khác. Chẳng hạn, do quan niệm về tính giả hợp như là một "cái tôi" vốn tồn tại trên cơ sở tự tính, người ta phát sinh tính ngã mạn. Thế thì, ngay cả tâm sở hoài nghi - vì đó là trường hợp chú trọng vào "cái tôi" mà không tin vào điều gì khác (nguyên do tối hậu mà "Tôi không tin vào điều này hay điều kia") - tùy thuộc vào điểm này. Và tâm sở ganh ghét, đố kỵ. Cũng vậy, kích động quan niệm về "cái tôi" tồn tại trên cơ sở tự tính là những quan niệm cực đoan: thường hằng và đoạn diệt. Chẳng hạn, tin rằng không có kiếp trước và kiếp sau, hoặc cho rằng

of "I" and conceives it to inherently exist. Another observes "mine" and conceives it to exist in the same way.

Now, first of all, one generates a conception of the inherent existence of those phenomena - the mental and physical aggregates - which serve as the basis of designation of the "I." After that thought, the "I" which is designated in dependence on mind and body is conceived to exist in its own right. Then, with that view of the transitory as the cause, one conceives "mine" to inherently exist.

As Chandrakirti says, "Initially there is attachment to the "I" - a self - and then attachment to mine." Once there is the class of self, there is the class of other. Once these two classes are distinguished, one becomes desirously attached to the class of self and hateful towards the class of other. From this, are generated all the other problems. For instance, due to the view of the transitory as an "I" which is inherently existent, one generates pride in oneself as superior to others. Then, even afflicted doubt - since it's a case of emphasizing the "I" which might not believe in something (the final reason being that 'I don't believe in such and such') - depends on this. And jealousy. Also, induced by this view of the "I" as inherently existent, are extreme views: views of permanence and views of annihilation. For example, believing that former and later births don't exist or believing that once there

khi đã tin có một bản ngã thì cái ngã này sẽ tồn tại vĩnh viễn. Thế nên trước hết, một hiện tượng trình hiện như tồn tại trên cơ sở tự tính và khi nó như vậy, thì phẩm chất thiện, ác và tất cả mọi thứ khác cũng trình hiện theo cách đó. Tâm lúc ấy tán trợ cho trình hiện này. Do đây là một trình hiện dựa vào tính tăng thượng của thiện ác - vượt quá mức thực có - nên tâm thức con người rơi vào các khái niệm cực đoan về cái thiện ác chân thực và phát ra những thái độ không hợp lí, qua đó, trở lại phát sinh các phiền não.

is a self that this self will exist forever. So first a phenomenon appears to inherently exist and when it does, its qualities of good, bad and whatever also appear to exist in this way. The mind then assents to that appearance. Since this is an appearance based on a superimposition of goodness and of badness - beyond that which is actually there - one's mind falls into extreme conceptions of genuine goodness and badness and the operation of improper attitudes, which, in turn, generate the afflictive emotions.

Nhị đế

MIKE AUSTIN: Xin ngài trình bày về hai loại chân lý: chân lý tuyệt đối và chân lý quy ước. Chúng là gì, và vận hành như thế nào?

ĐẠT-LAI LẠT-MA: Điều này rất quan trọng. Lấy cái bàn này làm thí dụ. Nếu người ta tìm kiếm đối tượng thể hiện - tự thân cái bàn - thì không thể nào tìm ra được. Nếu người ta chia cái bàn ra từng phần theo ý nghĩa chiều kích vật thể hoặc theo phẩm tính chất lượng, thì không thể nào tìm ra được tính chất tổng thể cái bàn là gì.

Thực vậy, đối với tâm thức chúng ta, có sự phân biệt rõ ràng giữa toàn thể và từng phần khi chúng xuất hiện trước chúng ta, dường như cái toàn thể tách biệt với từng phần - các phần tách biệt với toàn thể.

Tuy nhiên, thực tế lại không phải vậy. Bây giờ, khi khảo sát theo hướng này, chúng ta sẽ không bao giờ thấy được cái bàn. Dù vậy, sự không tìm thấy này không có nghĩa là cái bàn không hiện hữu. Chúng ta đang sử dụng nó, đúng không? Nhưng nếu chúng ta tìm kiếm, thì chúng ta không thấy nó.

Thế nên có hai cách thức tồn tại của cái bàn. Một là sự thừa nhận "cái bàn" bằng tâm thức mà không cần phải phân tích, và "cái bàn" chỉ hiện hữu theo quy ước. Loại "cái bàn" ấy chỉ được tìm thấy trong

MIKE AUSTIN: Could you describe the two truths: ultimate and conventional; what they are, and how they work?

DALAI LAMA: This is important. Take the table as an example. If one searches for the object designated - the table itself - it can't be found. If one divides up the parts of the table in terms of directions or divides up its qualities or substances, then one can't find a whole which is the table.

Indeed, to our minds there is a distinction between whole and parts such that when they appear to us, there seems to be a whole separate from parts - parts separate from whole.

In reality, however, there isn't. Now, when one searches in this way, one will not find the table. This non - finding, though, does not mean that the table doesn't exist. We're using it, right? But if we search for it, we can't find it.

So there are two types of modes of being of the table. One is the positing of the table by a mind which doesn't analyse and is just involved in the conventionality. That sort of table is found by that

dạng tâm thức ấy. Tuy nhiên, nếu bạn xem "cái bàn" như là một đối tượng, nếu bạn không hài lòng với chỉ cái vật thể mà bạn đặt tay lên, mà tìm kiếm để khám phá xem nó thực sự là gì trong các phần - hoặc phần này là "cái bàn", hay phần kia là "cái bàn" - thì sẽ không có bất cứ điều gì có thể tìm thấy được là "cái bàn". Tại sao có sự không tìm thấy cái bàn? Vì "cái bàn" là một cái gì đó mà nếu tìm kiếm bằng phân tích sẽ không thể thấy được.

Bây giờ tâm thức khám phá được gì qua việc tìm kiếm "cái bàn" trong những bộ phận của nó? Chỉ tìm thấy được sự không tìm thấy cái bàn. Chính tự thân sự không tìm thấy này là một tính chất của cái bàn, là tính chất cơ bản, nền tảng của nó. Sự không tìm thấy này là bản chất tối hậu của cái bàn. Những gì vi tế hơn không hiện hữu. Do vậy, đây chính là phương thức tuyệt đối hay tối hậu để thiết lập nên thực thể gọi là "cái bàn".

Kiểu tồn tại này được tìm thấy trên phương diện đồng nhất "cái bàn" và tính chất cơ bản, nền tảng của nó. Do vậy, sự không tìm thấy của cái bàn là kiểu tồn tại thực sự của cái bàn.

Như vậy, dựa trên một cơ sở, cái bàn có hai bản tính: một được tìm thấy bởi tâm không phân tích, và một được tìm thấy bởi tâm phân tích. Rồi dựa trên một cơ sở khác, có một đối tượng được tìm thấy bởi tâm thức phân biệt thực tại tuyệt đối và một đối tượng được tìm thấy bởi tâm thức phân biệt theo quy ước. Vì thế nên nói rằng: "Sắc tức thị không, không

sort of mind. However, if you take the table as the object, if you are not satisfied with just this which you put your hand on but search to discover what it actually is among the parts - whether this is it or that is it - then there isn't anything that can be found to be it. Why is there this nonfinding of the table? It's because the table is something that is such that if analytically sought, it can't be found.

Now what does the mind searching to find the table among its parts discover? It finds just that non-finding of the table. This non-finding itself is a quality of the table; its substratum or base, This non-finding is the final nature of the table. Something more subtle does not exist. Thus, this is the ultimate or final mode of establishment of the table.

Now, this mode of being is sought with respect to the table as the base or substratum. Therefore, this non - finding is the actual mode of being of the table.

Thus, with respect to the one basis, the table, there are two natures: one that is found by a non-analytical mind and one that is found by the analytical mind. With respect to one base, then, there is an object found by a consciousness distinguishing the ultimate and an object found by a consciousness distinguishing the conventional. Thus it is said:

tức thị sắc." Hai điều này loại trừ lẫn nhau. Hai sự thực ấy chỉ là một thực thể nhưng chúng loại trừ lẫn nhau.

MIKE AUSTIN: Loại trừ lẫn nhau như thế nào?

ĐẠT-LAI LẠT-MA: Về mặt hiện tượng, cái gì là chân lý tuyệt đối thì chẳng phải là chân lý quy ước và ngược lại.

MIKE AUSTIN: Vậy sẽ là sai lầm khi nói rằng chúng khẳng định lẫn nhau?

ĐẠT-LAI LẠT-MA: Cái này không khẳng định cái kia. Dù vậy, nếu bạn dựa vào thực tại tuyệt đối hoặc tánh không của cái bàn như là nền tảng và tìm kiếm xem nó có thể tìm được không, thì nó sẽ trở thành chân lý quy ước theo nghĩa chính nó là nền tảng đó. Trong mối tương quan với cái bàn, tánh không của nó là một chân lý tuyệt đối, nhưng trong tương quan với thực tại của chính nó, có nghĩa là thực tại của thực tại, thì đó là chân lý quy ước.

Nếu có cái gì đó là phương thức hiện hữu của chính nó thì thật mâu thuẫn! Do vậy, thực tại của một cái gì đó không phải là thực tại của chính nó. Điều này là bởi vì khi thực tại được tìm kiếm, khi bản chất của sự vật được tìm kiếm, thì cũng đều không thể tìm được.

MIKE AUSTIN: Khi tánh không lần đầu tiên trình hiện trong tâm, nó như thế nào?

"Form is emptiness. Emptiness is form." Now these two are mutually exclusive. The two truths are one entity but are mutually exclusive.

MIKE AUSTIN: How?

DALAI LAMA: With respect to a phenomenon, that which is its ultimate truth is not its conventional truth and visa versa.

MIKE AUSTIN: So, it's incorrect to say that they are mutually definitive?

DALAI LAMA: The one doesn't define the other. Still, if you take the ultimate reality or emptiness of the table as the substratum and search to see if it can be found; then it becomes a conventional truth in terms of itself as the substratum. In relation to the table, its emptiness is an ultimate truth, but in relation to its own reality, i.e., the reality of the reality, it's a conventional truth.

It's contradictory for something to be its own mode of being. Therefore, the reality of something, is not its own reality. This is because when reality is sought, when the nature of things is sought, it can't be found either.

MIKE AUSTIN: When emptiness first appears to the mind, what is it like?

ĐẠT-LAI LẠT-MA: Cho dù thuật ngữ pháp tánh không có ý phủ định chút nào trong đó, nhưng khi điều đó - thể tính hay thực tại của hiện tượng - trình hiện trong tâm, thì nó phải trình hiện qua cội nguồn của sự phủ định. Sự phân biệt này rất quan trọng.

Tôi sẽ trình bày trong ngữ cảnh về Nhị đế được đề ra trong tác phẩm Căn bản Trung quán luận tụng1 của ngài Long Thụ. Phải chăng khi tồn tại trên cơ sở tự tính được tìm ra, nó chẳng được lập thành bởi vì nó không tồn tại, hoặc dù nó tồn tại, nó cũng không được tìm thấy bởi vì nó không thể nào có được dưới sự phân tích? Chính là điều thứ nhất. Khi bạn quán sát cách thức sự vật trình hiện trong tâm thức mình, thấy chúng xuất hiện như thể chúng được tìm thấy bằng sự phân tích. Do vậy, nếu hiện tượng tồn tại như cách chúng trình hiện trong tâm chúng ta, thì khi bạn quán sát chúng, chúng sẽ càng trở nên rõ ràng hơn. Thực tế là chúng không như vậy, mà là một dấu hiệu rằng chúng không tồn tại như cách chúng trình hiện. Nói tóm tắt, dù chúng trình hiện như chúng tồn tại trên cơ sở tự tính, chúng vẫn không hiện hữu theo phương thức ấy.

Trong tâm bạn ban đầu đã có cảm giác rằng đối tượng không hiện hữu theo cách nó đang trình hiện. Khi bạn quen với suy nghĩ này rồi, cuối cùng bạn sẽ có sự khẳng định rằng đối tượng không tồn tại chút nào theo cách chúng đang trình hiện. Ngay lúc đó, cảm nhận riêng của bạn về sự trình hiện là một kinh nghiệm về sự trống rỗng, vốn chỉ đơn giản là không có sự tồn tại trên cơ sở tự tính.

DALAI LAMA: Even though the word, dharmata, doesn't have any negative particle in it, when that - the nature or reality of phenomena - appears to the mind, it must appear through the root of a negation. It is important to make this distinction.

I'm talking within the context of the two truths as set forth in Nagarjuna's Treatise on the Middle Way. Is it that when inherent existence is sought, it is not found because it doesn't exist, or even though it exists, it isn't found because it can't be found under analysis? It is the former. When you look at how things appear to your mind, they appear as if they were such that they could be found upon analysis. Therefore, if things did exist in the way they appear to our minds, when you examine them they should become clearer and clearer. The fact that they do not, is a sign that they don't exist in the way they appear to. In sum, though they appear to inherently exist, they don't exist in that way.

Now, in your mind, you initially have a sense that the object doesn't exist in the way it appears to. When you get used to this thought, accustomed to it, you eventually gain ascertainment that the object does not exist at all in the way it appears. At that time, your own sense of appearance is an experience of vacuity, which is simply the absence of inherent existence.

Ngay khởi đầu của tiến trình này, đối tượng - cái này vốn là không - có thể vẫn trình hiện. Theo cách dễ hiểu, như khi xem phim, bạn có thể phân biệt hai thời gian khác nhau. Trong cả hai trường hợp, hình ảnh đều xuất hiện qua nhãn thức bạn. Nhưng trong trường hợp thứ nhất, người ta chỉ quan sát hình ảnh, trong khi với trường hợp thứ hai, bạn luôn có suy tưởng chắc chắn rằng điều này không hề tồn tại như một sự kiện có thực.

Nếu bạn duy trì và phát huy ý tưởng rằng chúng không hiện hữu - nếu bạn tập trung vào tính phi hiện hữu của nó - thì dần dần sự trình hiện sẽ tự biến mất. Điều này là do nơi điều kiện tiên khởi tức thì của nhãn thức sẽ bắt đầu giảm trừ đi. Do vậy, khi bạn bắt đầu khẳng định tánh không, đó chỉ đơn thuần là sự phủ định hay vắng bặt của đối tượng phủ định - sự tồn tại trên cơ sở tự tính được khẳng định. Ngay cả cho dù ban đầu đối tượng vẫn xuất hiện, thì dần dần với sự tập trung vào tánh không, đối tượng sẽ biến mất. Rồi nhờ vào sự quán sát tánh không của đối tượng, nên khi đối tượng tái trình hiện thì bạn sẽ sinh khởi ý tưởng là nó không tồn tại theo như vẻ ngoài của nó.

Đây được gọi là trình hiện như huyễn. Đến mức này bạn có thể chế ngự được phiền não của mình. Những tâm thức mê lầm này không còn cách nào để hiện hành vì không còn sự hỗ trợ của ý niệm tồn tại trên cơ sở tự tính. Dù đối với người sơ cơ, còn có những trường hợp khi ý niệm tồn tại trên cơ sở tự

At the beginning of this process, the object - this thing which is empty - might still appear. In an easy way, if one goes to a cinema, you might differentiate two different times while watching the movie. In both cases pictures would appear to your eye consciousness, but in the first instance one would just observe them, while in the latter you would be thinking strongly that this doesn't exist as a fact.

If you strongly develop and maintain the thought that this doesn't exist - if you concentrate on its non - existence - then in time the appearance itself will begin to vanish. This is because the immediately preceding condition of the eye consciousness will begin to deteriorate. Therefore, when you initially ascertain emptiness, just a mere negative or absence of the object of negation - inherent existence is ascertained. Even if at the beginning the object still appears; in time, with concentration just on emptiness, it will disappear. Then due to observing the emptiness of the object, when the object reappears, the thought that it doesn't exist in the way that it seems to, is induced.

This is called the illusory - like appearance. At this point you are able to control your afflictive emotions. These faulty consciousnesses can in no way be produced without the assistance of the conception of inherent existence. Even though for beginners there are cases when the conception of

tính hoạt động như một trợ thủ cho tâm thức đúng đắn, nói chung, không cần thiết một tâm thức như vậy phải có sự giúp sức của sự nhầm lẫn về bản tính của sự hiện hữu.

Do vậy, một tâm thức nhận ra rằng đối tượng không tồn tại theo cách riêng của nó sẽ rất có ích để ngăn ngừa sự phát triển phiền não, trong khi đó không làm chướng ngại một tâm thức tốt lành.

MIKE AUSTIN: Trong khoảnh khắc nhận thức được tánh không - khi đối tượng biến mất - cảm giác đó như thế nào?

ĐẠT-LAI LẠT-MA: Tôi chỉ nêu ra một ví dụ truyền thống. Chẳng hạn, hình chiếu trong gương của một khuôn mặt là tánh không của cái đang là khuôn mặt, nhưng tánh không của cái đang là khuôn mặt đó thì không có thực; tánh không của nó tồn tại trên cơ sở tự tính của đối tượng thì có thực. Khi từ trong sâu thẳm của tâm nhận ra sự vắng bặt dạng tồn tại của đối tượng, thì đến mức đó, các thức khác không còn được phát huy nữa. Ngay cả ý niệm "đây là tánh không" cũng không được tạo ra. Nếu bạn có ý tưởng "đây là tánh không", thì tánh không ấy sẽ xa lìa ngay. Cũng giống như một đối tượng dưới sự quán sát. Nó sẽ không đạt đến mức hiện hữu như một đối tượng có thực của sự lĩnh hội bởi tâm thức.

MIKE AUSTIN: Thế là có sự biến mất ý niệm nhị nguyên?

ĐẠT-LAI LẠT-MA: Không, ngay cả ở đây vẫn còn ý niệm nhị nguyên. Có ý niệm nhị nguyên của

inherent existence acts as an assistor to a virtuous consciousness, in general, it is not necessary that such a consciousness have assistance from the misconception of the nature of existence.

Therefore, a consciousness realizing that objects do not exist in their own right serves to obstruct the generation of afflictions whereas it doesn't serve to obstruct a virtuous consciousness.

MIKE AUSTIN: At the moment emptiness is understood - when the object vanishes - what does it feel like?

DALAI LAMA: I'll just give a conventional example. For instance, the reflection of a face is empty of being a face, but its emptiness of being a face is not its reality; its emptiness of inherent existence is. When from the very depths the mind realizes the absence of this kind of existence of the object, at that point no other consciousness is being generated. Not even the thought, "this is emptiness." If you did think, "this is emptiness," then emptiness would be distant. It would be like an object under observation. It would not have arrived at being the actual object of apprehension by the consciousness.

MIKE AUSTIN: So there is a loss of duality?

DALAI LAMA: No. Even here there is still duality. There is the duality of the appearance of the

trình hiện từ đối tượng quy ước cũng như của trình hiện từ ý niệm về tánh không.

MIKE AUSTIN: Nếu ngài muốn mô tả chính ý niệm về mặt quy ước, ngài có cho rằng nó trong sáng, rỗng không, sống động và toả chiếu hay không?

ĐẠT-LAI LẠT-MA: Điều ấy rất khó mô tả. Để giải thích điều này chính xác thì rất khó. Có nhiều dạng trình hiện nhị nguyên khác nhau. Một là trình hiện theo quy ước - đối tượng như chúng ta thường thấy. Rồi có trình hiện của tồn tại trên cơ sở tự tính; cũng có trình hiện của chủ thể và đối tượng như thể khác biệt nhau và trình hiện của một hình tượng chung - hình tượng bao trùm mọi đối tượng trong một nhóm đặc thù. Khi người ta đã quen với tâm trực nhận tánh không - tu tập và thậm chí đi xa hơn và vượt lên trên định đẳng trì - và điều đó trở thành trực giác; thì đối với tâm thức ấy các dạng trình hiện nhị nguyên đều mất sạch.

MIKE AUSTIN: Không có sự chiếu soi tự nhiên hoặc toả sáng đối với trình hiện tánh không hay sao?

ĐẠT-LAI LẠT-MA: Không, nhưng về phương diện thực hành Tan-tra thừa lại là chuyện khác. Đó không phải là từ quan niệm về tánh không, mà từ ý thức. Nhờ vào sự chuyển hóa các thức thô động hơn mà có nhiều dạng trình hiện khác nhau. Những trình hiện này là kết quả từ tâm thức vi tế hơn cũng

conventional object as well as the appearance of the image of emptiness.

MIKE AUSTIN: If you were to describe the image itself in conventional terms, would you say that it's clear, vacuous, buoyant, luminous?

DALAI LAMA: That's very difficult to describe. To explain this exactly is very difficult. There are many different types of dualistic appearance. One is the appearance of conventionalities - objects as we normally see them. Then there is the appearance of inherent existence; also the appearance of subject and object as if different and the appearance of a general image - an image covering all objects in a particular group. When one gets used to the mind realizing emptiness - cultivating it even further in and out of meditative equipoise - and it turns into direct perception; then for that consciousness all types of dualistic appearance have vanished.

MIKE AUSTIN: There is no natural luminosity or clarity to the appearance of emptiness?

DALAI LAMA: No, but in terms of tantric practice it's a different story. That's not from the point of view of emptiness, but from the consciousness. Due to the dissolving of the coarser consciousnesses, there are many different types of appearances. These appearances result from the subtler consciousnesses as well as being connected to

như sự liên hệ với thân được cấu tạo bởi những thành phần trắng, đỏ, v.v...

MIKE AUSTIN: Xin ngài có thể mô tả tâm của một đức Phật?

ĐẠT-LAI LẠT-MA: Những điều gì ngăn trở tâm đạt đến nhất thiết trí được gọi là sở tri chướng. Về mặt sở tri chướng, còn có những tiềm năng được an lập bằng ý niệm tồn tại trên cơ sở tự tính, và nguyên nhân khiến đối tượng hiện ra như thể chúng tồn tại trên cơ sở tự tính hoặc hiện hữu một cách cụ thể. Cho dù hiện hữu hư vọng của đối tượng chủ yếu là sai lầm của chủ thể - thức nhận biết đối tượng ấy - nhưng cũng có thể có một số hiện tượng hư vọng của đối tượng là do tự chúng bị nhiễm ô bởi vô minh hoặc những tiềm thể của vô minh. Từ trình hiện này - thuộc đối tượng tồn tại trên cơ sở tự tính - có sự nhiễm ô khiến nhận thức về nhị đế là hai thực thể khác biệt. Do sự nhiễm ô này, khi hiện tượng sinh khởi, chúng dường như hiện hữu theo cách riêng của chúng, vì thế nên ngăn cản sự trình hiện thực tại của chúng.

Tương tự, trong khi thực tại của đối tượng trình hiện thì chính đối tượng lại không thể hiện ra. Chúng ta đang nói về sự trực nhận. Tuy nhiên, một khi sở tri chướng này được loại trừ thì trong lúc nhận biết một đối tượng người ta có thể biết được bản chất của chúng, và khi nhận biết được bản chất người ta có thể biết được đối tượng. Khi ấy, tâm thức con người có thể trực nhận tức thời cả đối tượng và bản chất của chúng.

one's body the white and red constituents and so forth.

MIKE AUSTIN: Can you describe the mind of a Buddha?

DALAI LAMA: That which prevents the mind from knowing all there is to be known, are called the obstructions to omniscience. With respect to the obstructions to omniscience, there are potencies which are established by the conception of inherent existence and which cause objects to appear as if they inherently or concretely exist. Even though primarily the false appearance of an object is the fault of the subject - the consciousness cognising it - there may be some fault with the object in that it itself is polluted by ignorance or the latencies of ignorance. From this appearance - that of objects as inherently existent - there is the defilement which conceives the two truths to be different entities. Due to this defilement, when phenomena appear, they seem to exist in their own right, thus preventing the appearance of their reality.

Similarly, when the reality of an object appears, the object cannot. We're talking about direct perception. When this obstruction to omniscience is removed, however, then while knowing the object one can know its nature and while knowing its nature, one can know the object. One's mind can then simultaneously and directly ascertain both an object and its nature.

Thế nên nhất thiết trí - từ quan niệm nhận biết đối tượng quy ước - là tâm thức nhận ra được sự đa dạng của mọi hiện tượng. Từ quan niệm cái biết của thức về bản chất của đối tượng, nó là tâm thức nhận biết phương diện thức hiện hữu của các đối tượng, có nghĩa là tánh không. Nhưng đó chỉ là một tâm thức mà biết được cả hai phương diện. Đây là khía cạnh đặc biệt về nhất thiết trí của đức Phật.

MIKE AUSTIN: Tại sao nhất thiết trí tùy thuộc vào sự giải trừ câu sanh phiền não thông qua tâm từ?

ĐẠT-LAI LẠT-MA: Động cơ để mong cầu nhất thiết trí là để cứu giúp người khác. Để làm được như vậy, chúng ta phải biết cách cứu giúp người khác. Thế nên, không được để cho bất cứ điều gì ngăn trở. Những sự nhiễm ô làm chướng ngại tri kiến về những địa vị tu chứng khác nhau, những điều quan tâm, v.v... của hành giả, đều là trở ngại chính của một vị Bồ Tát. Dù trong bất cứ trường hợp nào thì sở tri chướng cũng không bao giờ có ích cho vị Bồ Tát. Trong khi đó, những trở ngại cho sự giải thoát, tức là những phiền não, đôi khi lại có ích trong việc lợi lạc cho kẻ khác (như khi người lãnh đạo có nhiều con cái để giúp cho ông ta trong việc cai trị).

Việc sử dụng nhận thức về tánh không như sự đối trị sở tri chướng phụ thuộc rất nhiều vào nguyện lực. Ngay cả sự nhận biết về tánh không trong tiến trình tương tục của một vị Thanh văn hay Độc giác cũng không khác với sự nhận biết trong tiến trình

Thus an omniscient consciousness - from the point of view of knowing conventional objects - is a consciousness which perceives the varieties of all phenomena. From the point of view of its knowing the nature of objects, it's a consciousness which knows the mode of being of objects, i.e., emptiness. But it is just one consciousness that knows both. This is a distinctive feature of the omniscient consciousness of a Buddha.

MIKE AUSTIN: Why is omniscience dependent on the elimination of the latencies through compassion?

DALAI LAMA: The reason for wanting to be omniscient is to help others. To do so, one must know how to help others. Thus, nothing can be obscured. Those defilements which obstruct knowledge of the different dispositions, interests and so forth of trainees, are the main enemy of a Bodhisattva. The obstructions to omniscience are never in any way helpful to a Bodhisattva, whereas the obstructions to liberation, that is to say the afflictions, can sometimes be helpful in achieving the welfare of others (as in the case of a leader's fathering many children to help in administration).

For a viewing consciousness realizing emptiness to act as an antidote to the obstructions to omniscience depends greatly on motivation. Even though the view realizing emptiness in the continuum of a Listener or Solitary Realizer Superior, is the same as the view in the continuum of a Bodhisattva Superior, the ability of the latter to serve as an antidote to

tương tục của một Bồ Tát Đại sĩ, nhưng vị Bồ Tát có khả năng đối trị được sở tri chướng là nhờ vào nguyện lực và cũng nhờ vào công đức lớn lao.

Không có cách nào để sự tích tập trí tuệ dẫn đến thành tựu vị mà không có sự tích tập công đức. Giống như khi bạn muốn đỡ một cây xà nhà, bạn cần phải dựng lên hai cây cột. Dù bạn không cần cây cột này để dựng lên cây cột kia, nhưng để đỡ cây xà lên thì nhất thiết phải dùng đến cả hai cây cột. Cũng vậy, để cho nhận thức về tánh không trở thành Pháp thân Phật, nhất thiết phải có đủ những nguyên nhân thiết yếu để phát sinh một Sắc thân.

MIKE AUSTIN: Làm thế nào để phương tiện từ bi và trí tuệ tánh không được hoàn toàn đồng nhất với nhau?

ĐẠT-LAI LẠT-MA: Trong Viên mãn thừa,[1] có sự mô tả về trí tuệ và phương pháp kết hợp. Ví dụ, trước khi hành giả đi vào tu tập định lực đẳng trì về tánh không, hành giả phải phát nguyện tu tập đạt đến giác ngộ vì tâm nguyện muốn cứu vớt mọi chúng sinh. Thế nên tu tập định lực đẳng trì sẽ được kết hợp với nguyện lực là tâm từ bi. Cũng vậy, khi hành giả tu tập hạnh từ bi - như bố thí, trì giới.v.v... - thì những điều này phải được kết hợp với động lực của tâm trực nhận tánh không. Thế nên trong phương pháp này, có sự hợp nhất của trí tuệ và phương tiện, phương diện này ảnh hưởng đến phương diện kia.

Trong Man-tra thừa, có sự hợp nhất giữa phương tiện và trí tuệ trong tâm thức, và còn là khía cạnh

the obstructions to omniscience is due to motivation and also due to great merit.

There is no way for the collection of wisdom to be brought to completion without that of the collection of merit. It's as if you are going to put up one of these rafters here. To do so, you need to put up two pillars. Even though you don't need one pillar to put up the other, to hold up that rafter, both must be used. So in order for the view realizing emptiness to turn into the Truth Body of a Buddha, it is necessary for it to have all of the causes required for the production of a Form Body.

MIKE AUSTIN: How is it that compassionate means and the wisdom of emptiness are ultimately identical?

DALAI LAMA: In the Perfection Vehicle there is a description of wisdom and method conjoined. For example, before entering into meditative equipoise on emptiness, one generates an altruistic mind directed toward becoming enlightened. Then the meditative equipoise is conjoined with the force of that altruistic motivation. Also, when one is practicing altruistic acts - giving, ethics, and so forth these should be conjoined with the force of the mind realizing emptiness. Thus in this way, there is a union of wisdom and method, the one affecting the other. In mantra, there is a union of method and wisdom within one consciousness and even more

sâu thẳm hơn về sự hợp nhất trong Vô thượng Du-già Tan-tra.

MIKE AUSTIN: Trong tâm chư Phật, tính diệu lạc được hợp nhất với điều này như thế nào?

ĐẠT-LAI LẠT-MA: Vâng, có cảm nhận về diệu lạc. Trong tâm niệm của chư Phật, mọi hiện tượng đều là trình hiện thanh tịnh, và là trình hiện diệu lạc.

MIKE AUSTIN: Từ nhận thức riêng của một vị Phật, liệu hiện nay đau khổ có tồn tại trong ngài hay không?

ĐẠT-LAI LẠT-MA: Có, nhưng không phải từ nhận thức riêng của đức Phật, mà là do sự hiện hữu của đau khổ ở những người chịu đựng khổ đau.

MIKE AUSTIN: Trình hiện tồn tại trên cơ sở tự tính có diễn ra trong đức Phật không?

ĐẠT-LAI LẠT-MA: Có, nhưng không phải từ nhận thức riêng của ngài, mà qua cách trình hiện đối với một người chưa từ bỏ được sở tri chướng. Sự trình hiện tồn tại trên cơ sở tự tính, nói chung là có hiện hữu. Nếu một sự kiện nào đó hiện hữu và nó lại không hiện hữu đối với đức Phật thì sẽ là một sự mâu thuẫn. Do vậy, bất kỳ sự hiện hữu nào cũng đều có hiện hữu đối với đức Phật, nhưng không nhất thiết phải là từ nhận thức riêng của ngài. Chính là thông qua năng lực trình hiện của nó đối với người khác và chỉ qua đó mà nó thực sự trình hiện.

profound features of that union within Highest Yoga Tantra.

MIKE AUSTIN: How, in a Buddha's mind, is bliss united with this?

DALAI LAMA: Yes. There is a feeling of bliss. From a Buddha's own point of view everything is a pure appearance, and a blissful appearance.

MIKE AUSTIN: From his own point of view, now, does suffering appear to a Buddha?

DALAI LAMA: Yes, but not from his own point of view; but due to its appearance in another person undergoing suffering.

MIKE AUSTIN: Does an appearance of inherent existence occur to a Buddha?

DALAI LAMA: Yes, but not from a Buddha's own viewpoint; but by way of its appearing to a person who hasn't abandoned the obstructions to omniscience. Now, the appearance of inherent existence does, in general, exist. Something's existing, and its not appearing to a Buddha is contradictory. Therefore, whatever exists must appear to a Buddha, but not necessarily from his own point of view. Through the force of its appearing to someone else and only through that does it appear.

Vầng sáng từ phương Đông

MỤC LỤC

Trong kinh Pháp Cú, đức Phật dạy rằng: "Pháp thí thắng mọi thí." Thực hành Pháp thí là chia sẻ, truyền rộng lời Phật dạy đến với mọi người. Mỗi người Phật tử đều có thể tùy theo khả năng để thực hành Pháp thí bằng những cách thức như sau:

1. Cố gắng học hiểu và thực hành những lời Phật dạy. Tự mình học hiểu càng sâu rộng thì việc chia sẻ, bố thí Pháp càng có hiệu quả lớn lao hơn. Nên nhớ rằng **việc đọc sách còn quan trọng hơn cả việc mua sách.**

2. Phải trân quý kinh điển, sách vở in ấn lời Phật dạy. Khi có điều kiện thì mua, thỉnh về nhà để tự mình và người trong gia đình đều có điều kiện học hỏi làm theo. Không nên giữ làm của riêng mà phải sẵn lòng chia sẻ, truyền rộng, khuyến khích nhiều người khác cùng đọc và học theo. Không nên để kinh sách nằm yên đóng bụi trên kệ sách, vì **kinh sách không có người đọc thì không thể mang lại lợi ích.**

3. Tùy theo khả năng mà đóng góp tài vật, công sức để hỗ trợ cho những người làm công việc biên soạn, dịch thuật, in ấn, lưu hành kinh sách, **để ngày càng có thêm nhiều kinh sách quý được in ấn, lưu hành.**

Thông thường, việc chi tiêu một số tiền nhỏ không thể mang lại lợi ích lớn, nhưng nếu sử dụng vào việc giúp lưu hành kinh sách thì lợi ích sẽ lớn lao không thể suy lường. Đó là vì đã giúp cho nhiều người có thể hiểu và làm theo lời Phật dạy. Mong sao quý Phật tử khắp nơi đều lưu tâm đóng góp sức mình vào những việc như trên.

TINH YẾU THỰC HÀNH PHÁP THÍ

- *Mua thỉnh kinh sách về đọc, tự mình sẽ được rất nhiều lợi ích.*

- *Chia sẻ, truyền rộng bằng cách cho mượn, biếu tặng kinh sách đến nhiều người thì lợi ích ấy càng tăng thêm gấp nhiều lần.*

- *Đóng góp công sức, tài vật để hỗ trợ công việc biên soạn, dịch thuật, giảng giải, in ấn, lưu hành kinh sách thì công đức lớn lao không thể suy lường, vì có vô số người sẽ được lợi ích từ việc lưu hành kinh sách.*